D1763997

மக்கள் விடுதலை முன்னணியின் வலதுசாரி பாதை

மார்க்சிஸ பகுப்பாய்வு

மக்கள் விடுதலை முன்னணியின் (ஜே.வி.பி.) வலதுசாரி பாதையை அம்பலப்படுத்தி *உலக சோசலிச வலைத் தளத்தில்* வெளியான சில கட்டுரைகள் இந்த நூலில் பிரசுரிக்கப்பட்டுள்ளன.

கே. ரட்நாயக்க

உலக சோசலிச வலைதள
வாசகர் வட்டம்
wsws.org
wswsindia@yahoo.com
WSWSINDIA

தொழிலாளர் பாதை வெளியீடு

மக்கள் விடுதலை முன்னணியின் வலதுசாரி பாதை
மார்க்சிஸ பகுப்பாய்வு

கே. ரட்நாயக்க

© சோசலிச சமத்துவக் கட்சி

முதற் பதிப்பு 2024

ISBN: 978-624-5779-04-8

வெளியீடு:
தொழிலாளர் பாதை வெளியீடு
716 1/1, கோட்டே வீதி,
எதுல் கோட்டே
கோட்டே.
தொலைபேசி: 2869239 / 3096987
மின்னஞ்சல்: kamkarumawatha@gmail.com
www.wsws.org

அச்சகம்:

டிசைன் சிஸ்டம்ஸ் (தனி) நிறுவனம்,
23/, 1 வது மாளிகாகந்த ஒழுங்கை,
கொழும்பு 10

3

உள்ளடக்கம்

தீவிர தேசியவாத வேலைத்திட்டத்தை பிரச்சாரம் செய்யும் ஜே.வி.பி./தே.ம.ச. ஆட்சிக்கு வந்தால் சர்வாதிகார ஆட்சியை ஸ்தாபிக்கத் தயாராகிறது.....5

இலங்கையின் எதிர்க்கட்சியான ஜே.வி.பி. தலைவரின் இந்திய பயணம்.....29

சிங்களப் பேரினவாத ஜே.வி.பி. தன்னை மாற்றீடு இலங்கை அரசாங்கமாக முன்னிலைப்படுத்துகிறது.....37

இலங்கை தேர்தல்: பொன்சேகாவுக்கு ஆதரவாக இழிந்த கூட்டணியில் ஜே.வி.பி.....45

தீவிர தேசியவாத வேலைத்திட்டத்தை பிரச்சாரம் செய்யும் ஜே.வி.பி./தே.ம.ச. ஆட்சிக்கு வந்தால் சர்வாதிகார ஆட்சியை ஸ்தாபிக்கத் தயாராகிறது

இலங்கையானது ஆழமடைந்து வரும் பொருளாதார மற்றும் அரசியல் நெருக்கடிக்கு மத்தியில் 2024க்குள் பிரவேசித்தது. பரவலாக வெறுக்கப்படும் ஜனாதிபதி ரணில் விக்கிரமசிங்கவின் அரசாங்கத்துக்கும் அது அமுல்படுத்தும் சர்வதேச நாணய நிதியத்தின் கொடூரமான சிக்கன திட்டத்திற்கும் எதிராக தொழிலாள வர்க்கத்தின் எதிர்ப்பு அதிகரித்து வருகிறது.

இலங்கையின் பொருளாதார அரசியல் கொந்தளிப்பு, உலக முதலாளித்துவ நெருக்கடியின் கூர்மையான வெளிப்பாடாகும். உக்ரேனில் ரஷ்யாவிற்கு எதிரான அமெரிக்கப் போர், காஸா மீதான இஸ்ரேலிய சியோனிச ஆட்சியின் இனப்படுகொலைப் போர் மற்றும் ஆழமடைந்துவரும் உலகப் பொருளாதாரச் சரிவினாலும் இந்த நெருக்கடி தீவிரமாக்கப்பட்டுள்ளது. உலக நெருக்கடியின் சுமை தம்மீது திணிக்கப்படுவதற்கு எதிராக, பிரதான முதலாளித்துவ நாடுகளில் இருந்து பின்தங்கிய நாடுகள் வரை உள்ள தொழிலாள வர்க்கமானது, புரட்சிகர வாய்ப்பினை திறந்துவிட்டுக்கொண்டு போராட்டத்தில் நுழைந்தவண்ணம் உள்ளது. இந்த உலகளாவிய வர்க்கப் போராட்டங்களின் வளர்ச்சிபோக்கின் ஒரு பகுதியே இலங்கையில் நடைபெறும் வர்க்கப் போராட்டங்களாகும்.

கடந்த டிசம்பரில், சர்வதேச நாணய நிதிய தூதுக் குழுவின் இலங்கை தொடர்பான அறிக்கை, சிக்கன நடவடிக்கைகள் அமுல்படுத்தப்படுவதாலும் உள்ளூராட்சித் தேர்தல்கள் ஒத்திவைக்கப்பட்டதாலும் “நாட்டில் சமூக அமைதியின்மை மீண்டும் எழக்கூடும்” என்று எச்சரித்தது. இந்த எச்சரிக்கை, 2022 ஏப்ரல் – ஜூலையில் ஜனாதிபதி கோட்டாபய இராஜபக்ஷ மற்றும் அவரது அரசாங்கத்தை வெளியேற்றுவதற்கு வழிசமைத்த ஒரு சமூக வெடிப்பை விட தீவிரமான சமூக வெடிப்பிற்க்கான சாத்தியக்கூறுகள் குறித்து கொழும்பு ஆளும் வர்க்கத்தினதும் சர்வதேச மூலதன முகவர்களதும்

---

25 ஜனவரி 2024 அன்று *உலக சோசலிச வலைத் தளத்தில்* வெளியிடப்பட்ட கட்டுரை

அச்சத்தை சுட்டிக்காட்டுகிறது.

ஐக்கிய மக்கள் சக்தி (ஐ.ம.ச.), மக்கள் விடுதலை முன்னணி (ஜே.வி.பி.), அதன் முன்னணி அமைப்பான தேசிய மக்கள் சக்தி (தே.ம.ச.) ஆகியவை 2022 வெகுஜனப் போராட்டங்களை அரசியல் ரீதியாக திசை திருப்பி அடக்கிவைக்க ஒரு இடைக்கால அரசாங்கத்தை முன்மொழிந்தன. ஐ.ம.ச., ஜே.வி.பி. மற்றும் முன்னிலை சோசலிசக் கட்சி போன்ற போலி–இடது குழுக்கள் உட்பட, அரசியல் கட்சிகள் மற்றும் குழுக்களைச் சார்ந்த அனைத்து தொழிற்சங்கங்களும், இடைக்கால அரசுக்கான யோசனையை ஆதரிப்பதன் பக்கம், மில்லியன் கணக்கான தொழிலாளர்கள் பங்குபற்றிய ஒரு நாள் வேலைநிறுத்தத்தை திசை திருப்பி, அந்த வெகுஜன எழுச்சியைக் காட்டிக் கொடுத்தன. அந்த காட்டிக்கொடுப்பானது அமெரிக்க ஆதரவாளரான மதிப்பிழந்த விக்கிரமசிங்க, ஸ்ரீலங்கா பொதுஜன முன்னணி (ஸ்ரீ.ல.பொ.ஜ.மு.) பாராளுமன்ற உறுப்பினர்களால் நிறைவேற்று அதிகாரம் கொண்ட ஜனாதிபதி பதவிக்கு உயர்த்தப்படுவதற்கு வழிவகுத்தது.

ஆளும் மற்றும் எதிர்க்கட்சி அரசியல் கட்சிகள், இப்போது நாட்டில் புதிய சமூக வெடிப்புகள் ஏற்படுவதைத் தடுப்பதற்கும் அடக்குவதற்கும் உத்திகளை பரிசீலித்து வருகின்றன.

ஜனாதிபதித் தேர்தல் செப்டம்பரிலும், அடுத்த ஜனவரியில் பொது தேர்தலும் நடைபெறும் என்று விக்கிரமசிங்க இந்த மாத தொடக்கத்தில் அறிவித்தார். ஆளும் ஸ்ரீ.ல.பொ.ஜ.மு. மற்றும் விக்கிரமசிங்கவின் ஐக்கிய தேசியக் கட்சி (ஐ.தே.க.), அத்துடன் எதிர்க்கட்சியான ஐ.ம.ச. மற்றும் தே.ம.ச./ஜே.வி.பி. ஆகியவை அரசாங்கத்திற்கு எதிரான வெகுஜனக் கோபத்தை இந்தத் தேர்தலை நோக்கித் திருப்பவிட முயற்சிக்கின்றன. அதே நேரத்தில், ஜனநாயக உரிமைகளை மேலும் நசுக்குவதற்கு நிகழ்நிலை பாதுகாப்புச் சட்டம் மற்றும் பயங்கரவாத எதிர்ப்புச் சட்டத்தையும் நிறைவேற்றுவதற்கு அரசாங்கம் செயல்பட்டு வருகிறது.

ஸ்ரீ.ல.பொ.ஜ.மு., விக்கிரமசிங்க மற்றும் அவரது ஐ.தே.க.யும், அதில் இருந்து பிரிந்துசென்ற ஐ.ம.ச.யும் மக்கள் மத்தியில் அபகீர்த்தியடைந்துள்ளன. ஜே.வி.பி., கடந்த காலத்தில் அனைத்து முதலாளித்துவக் கட்சிகளுடன் இணைந்து, அரசாங்கங்க கூட்டணிகளில் நுழைந்ததாலும், 2009 மே மாதம் முடிவடைந்த 26 ஆண்டுகால தமிழர்–விரோத இனவாதப் போரில் முன்னணியில் செயல்பட்டதாலும் அவப்பேறு பெற்றுள்ளது.

இந்நிலையிலேயே தே.ம.ச. எனும் குடையின் கீழ் ஜே.வி.பி. தேர்தல்

களத்தில் இறங்கியுள்ளது. இந்த இரண்டு அமைப்புகளினதும் தலைவரான அனுரகுமார திஸாநாயக்க, தே.ம.ச.யின் ஜனாதிபதி வேட்பாளராக தெரிவு செய்யப்பட்டுள்ளார்.

ஜே.வி.பி.யால் 2015இல் தே.ம.ச. உருவாக்கப்பட்டது. கல்வியாளர்கள், தொழிலறிஞர்கள், சில கலைஞர்கள், சிறு வணிகர்கள் மற்றும் சிவில் சமூகக் குழுக்கள் என அழைக்கப்படுபவை, பௌத்த பிக்குகள், ஜே.வி.பி. மற்றும் அதனுடன் இணைந்த அமைப்புக்கள் உட்பட 28 அமைப்புகளின் கூட்டணியாக இது உருவாகியுள்ளது.

சமீபத்திய சில கருத்துக்கணிப்புகள், சுமார் 51 சதவீத வாக்காளர்கள் ஜனாதிபதியாக திஸாநாயக்கவை ஆதரிப்பதாகவும் ஏனைய வேட்பாளர்களை விட அவர் முன்னிலையியல் இருப்பதாகவும் காட்டுகின்றன. தனது ஜனாதிபதி தேர்தல் பிரச்சாரத்தை தீவிரப்படுத்தியுள்ள தே.ம.ச., ஆடம்பர செலவு செய்து கிட்டத்தட்ட ஒவ்வொரு நாளும் கூட்டங்களை நடத்துகின்றது. தே.ம.ச.யை முதலாளித்துவ வர்க்கத்தின் ஒரு மாற்றீடு அமைப்பாக உயர்த்த வேண்டும் என்ற முதலாளித்துவ வர்க்கத்தின் விருப்பத்தை வெளிப்படுத்தியவாறு, தே.ம.ச.யை ஊக்குவிப்பதில் இலத்திரனியல் ஊடகங்கள் பெரும் பங்கு வகிக்கின்றன.

டிசம்பர் 3 அன்று, சண்டே டைம்ஸ் பத்திரிகைக்கு அளித்த பேட்டியில், ஜனாதிபதித் தேர்தலுக்கான தே.ம.ச.யின் பிரச்சார கோஷம், ‘‘செல்வச் செழிப்பான நாடு, செல்வச்செழிப்பான மக்கள்!’’ என திஸாநாயக்க கூறினார். வாக்காளர்களை ஏமாற்றுவதற்காக பிற முதலாளித்துவக் கட்சிகளின் வேட்பாளர்களால் கடந்த காலங்களில் தூக்கிப் பிடிக்கப்பட்ட ‘‘வளமான நாடு, வளமான மக்கள்!’’ என்ற கோஷங்களில் இருந்து இது வேறுபட்டதல்ல.

தே.ம.ச., கடந்த மாதத்தில் இருந்து, நாட்டில் ‘‘தேசிய எழுச்சி இயக்கத்தை’’ கட்டியெழுப்புவதற்கு மக்களுக்கு அழைப்பு விடுக்கும் பிரச்சாரத்தை தீவிரப்படுத்தியுள்ளது.

ஜனவரி 2 அன்று, ஜே.வி.பி. தொழிற்சங்கங்கள் கொழும்பில் ஏற்பாடு செய்திருந்த ஒரு கருத்தரங்கில் பேசிய திஸாநாயக்க, வரவிருக்கும் தேர்தல்கள் தனது கட்சிக்கு ‘‘செய் அல்லது செத்து மடி’’ என்ற போராக இருக்கும் என்று அறிவித்தார். ‘‘நாம் ஆட்சியைப் பிடித்தால், அதளபாதாளத்திற்குச் சென்ற ஒரு நாடே நமக்கு இருக்கும். அதைக் கட்டியெழுப்புவது ஆரோக்கியமான வாழ்க்கையால் முடியாது. அதற்கு கடந்த காலத்தில் இல்லாத ஒரு தேசிய எழுச்சி வேண்டும்’’ என்று அவர் மேலும் கூறினார்.

வரலாற்றை மறுபக்கம் திருப்பிய அவர், "இந்தியாவில் தேசிய விழிப்புணர்வு இயக்கம் இருந்தது. நேரு, காந்தி, சந்திரபோஸ், படேல் ஆகியோர் இந்த தேசிய விழிப்புணர்வின் மூலம் இன வேறுபாடுகளுக்கு அப்பாற்பட்டு பெரும் முன்னேற்றம் அடைந்தனர்," என குறிப்பிட்டார். மாத்தறையில் நான்கு நாட்களுக்கு முன்னர் நடைபெற்ற பெண்கள் சந்திப்பில், இந்த விழிப்புணர்வின் காரணமாகவே இந்தியா இன்று பூவுலகைக் கடக்கும் அளவுக்கு பெரும் வளர்ச்சியை அடைந்துள்ளது என்றும் அவர் தெரிவித்தார்.

பொதுமக்கள், தங்களை ஒரு தேசமாக நினைத்ததாலேயே ஜப்பான் ஒரு பொருளாதார வல்லரசாக உருவெடுக்க முடிந்தது. அமெரிக்கா, பிரிட்டனின் காலனித்துவ ஆட்சிக்கு எதிரான போராட்டத்தில் தேசிய விழிப்புணர்வோடு செயல்பட்டு, இரண்டாம் உலகப் போரின் வீழ்ச்சியின் பின்னர், தற்போது உலகில் வல்லரசாக மாறியுள்ளது. தேசிய விழிப்புணர்வின் விளைவாக வியட்நாம் "வளருவதையும்" மற்றும் சீனா ஒரு பெரிய சக்தியாக மாறியதையும் பற்றி அவர் குறிப்பிட்டார்.

இலங்கையில் "தேசிய வீரர்கள்" அன்றி, பிரித்தானிய வாழ்க்கை முறைகளைப் பின்பற்றும் தலைவர்களே இருந்தனர் என்று அவர் கரணமடித்தார். ஒரு இனத்தை இன்னொரு இனத்துடன் மோத வைக்கும் உத்தியைக் அவர்கள் கொண்டிருந்தனர். "கொள்ளை கும்பலிடம் இருந்து "நாட்டை விடுவித்து" இலங்கையை மீண்டும் கட்டியெழுப்ப வேண்டுமானால், ஒரு புதிய "தேசிய விழிப்புணர்வு இயக்கம்" தேவை என அவர் தெரிவித்தார்.

தே.ம.ச. தலைவர், தனது உரையின் முடிவில், தனது ஆட்சியில் தேசிய விழிப்புணர்வின் கீழ் மக்கள் என்ன செய்ய வேண்டும் என்பதையும் விளக்கினார்: "விவசாயி வயலுக்கு செல்வது தனக்காக அன்றி, முழு நாட்டிற்காகவும் ஆகும். மீனவர் மீன் பிடிக்க செல்வது, தனக்காக மட்டுமன்றி நாட்டிற்காகவும் ஆகும். மருத்துவர் வேலைக்கு செல்வது தனது சம்பளத்திற்காக அல்ல மக்களை சுகப்படுத்தவே. எழுத்தாளர்கள் மக்கள் எழுச்சி பெற எழுத வேண்டும், பத்திரிகையாளர்கள் ஊடகங்களுக்கு எழுதுவது பணத்திற்காக அல்ல, மக்களுக்கு விழிப்புணர்வு ஏற்பட எழுதவேண்டும்."

அமெரிக்கா, ஜப்பான், இந்தியா ஆகிய நாடுகளின் "தேசிய விழிப்புணர்வின்" விளைவாக இப்போது "வல்லரசுகளாக" உருவாக முடிந்தது என்று தே.ம.ச./ஜே.வி.பி. தலைவர் கூறுவது பொய்.

18ம் 19ம் நூற்றாண்டுகளில் ஜனநாயகம் என்ற பதாகையின் கீழ் முதலாளித்துவப் புரட்சிகளை நடத்திய அமெரிக்கா மற்றும் ஐரோப்பிய

நாடுகளின் முதலாளித்துவ ஆளும் வர்க்கங்கள், இப்போது வெகுஜனங்களின் ஜனநாயக மற்றும் சமூக உரிமைகளை அழித்து, தொழிலாள வர்க்கத்தை நசுக்கும் நோக்கத்துடன், இன்று பாசிச மற்றும் சர்வாதிகாரப் போக்குகளை உருவாக்கி வருகின்றனர். அவர்கள் ரஷ்யாவிற்கு எதிராக உக்ரேனில் போரை முன்னெடுத்து செல்லும் அதேநேரம், காசாவில் பாசிச சியோனிச ஆட்சியின் இனப்படுகொலைக்கு ஆதரவளிக்கின்றனர். சீனாவைக் கைப்பற்றும் பிரதான குறிக்கோளுடன், மத்திய கிழக்கில் முழு அளவிலான போரை தூண்டுவதற்கு அமெரிக்கா முயல்கிறது. அமெரிக்க மற்றும் நேட்டோ சக்திகளின் இராணுவ உந்துதல் உலகளாவிய அணு ஆயுதப் போர் பேரழிவின் ஆபத்தை எழுப்புகிறது.

இந்தியாவின் பிரதமர் நரேந்திர மோடியின் அரசாங்கம், அமெரிக்காவின் பங்காளியாக சீனாவிற்கு எதிரான போர் தயாரிப்புகளுடன் அணிசேர்ந்து, இந்துத்துவ பாசிச ஆட்சியை பலப்படுத்திக்கொள்ளும் நடவடிக்கைகளை துரிதப்படுத்துகிறது. தொழிலாள வர்க்கத்தின் ஜனநாயக உரிமைகளை நசுக்கும் ஸ்ராலினிச அதிகாரத்துவ வழிமுறைகளால் ஆளப்படும் சீனாவும் வியட்நாமும், உள்நாட்டு மற்றும் வெளிநாட்டு முதலீட்டாளர்களால் தொழிலாளர்கள் ஈவிரக்கமின்றி சுரண்டப்படுவதற்கான சூழ்நிலையை உருவாக்கியுள்ளன.

ஏகாதிபத்திய சக்திகள் மற்றும் ஏனைய நாடுகள் பற்றிய திஸாநாயக்கவின் நிலைப்பாடுகள், அவரும் தே.ம.ச./ஜே.வி.பி.யும் மேலும் வலதுக்கு நகர்ந்து, ஆட்சியில் அமர்ந்தால் சர்வாதிகார ஆட்சியை ஸ்தாபிப்பதை இலக்காகக் கொண்டுள்ளனர் என்பதைக் காட்டுகின்றன. அதற்காக திஸாநாயக்கவும் அவரது கட்சியும் பிற்போக்கு ஏகாதிபத்திய சக்திகளையும் வலதுசாரி ஆட்சிகளையும் அரவணைத்து அவற்றின் ஆதரவைப் பெறத் திரும்புகின்றனர்.

சர்வதேச நாணய நிதியத்தின் கொடூரமான திட்டங்களை அமைதியான முறையில் செயல்படுத்த முடியாது. ஏற்கனவே பல தசாப்தங்களாக குவிந்து வரும் சமூகப் பேரழிவை எதிர்கொண்டுள்ள ஏழைத் தொழிலாளர்கள், அதற்கு எதிராக கிளர்ச்சியில் ஈடுபட்டுள்ள நிலையில், அதை நசுக்க விக்கிரமசிங்க அரசாங்கம் எதேச்சதிகார ஆயுதங்களைக் கூர்மைப்படுத்தி வருகிறது. திஸ ாநாயக்க ஆட்சிக்கு வந்தால் அவரும் அவ்வாறே செயற்படுவார்.

எதிர்கால தே.ம.ச. ஆட்சியின் கீழ், பொருளாதாரத்தின் மீது இராட்சத கூட்டுத்தபானங்களும் சர்வதேச முதலீட்டாளர்களுமே தொடர்ந்தும் ஆதிக்கம் செலுத்துவர். அந்நிய முதலீட்டுக்கு நாடு திறந்திருக்கும் என்று தே.ம.ச. உறுதியளித்துள்ளது.

ஜனவரி 8 அன்று, சியத்த தொலைக்காட்சியில் ஒளிபரப்பான நிகழ்ச்சி

ஒன்றில், ஆபிரிக்காவில் முதலீடு செய்யும் இலங்கையின் மிகவும் இலாபகரமான நிறுவனங்களில் ஒன்றான LOLC யை (லங்கா ஓரியண்ட் லீசிங் நிறுவனம்) திஸாநாயக்க பாராட்டினார். சென்னை மற்றும் பங்களாதேஷில் முதலீடு செய்யும் பிற நிறுவனங்களையும் அவர் வர்ணித்தார். இந்த தொழில்முனைவோர் எங்களுக்கு பெருமை சேர்ப்பவர்கள் என அவர் மேலும் கூறினார். இந்த பெரும் வர்த்தகர்களை ஊக்குவிப்பதும் அவர்களுக்கு நவீன தொழில்நுட்ப அறிவை வழங்குவதும், சந்தைகளை கண்டுபிடிப்பதும் எதிர்கால தே.ம.ச. அரசாங்கத்தின் பணிகளில் ஒன்றாகும் என்று திஸாநாயக்க விளக்கினார்.

தே.ம.ச. ஆட்சியில், தொழிலாளர்களுக்கும் ஏழைகளுக்கும் என்ன நடக்கும்? ‘‘நாட்டை மீண்டும் கட்டியெழுப்புதல்’’ என்ற பெயரில், தொழிலாளர்கள் தங்கள் சொந்த வாழ்க்கை மற்றும் சமூக நிலைமைகளைப் பொருட்படுத்தாமல், வெளிநாட்டுக் கடன்களை அடைக்கவும், பெருவணிகங்கள் அவற்றின் இலாபங்களை அறுவடை செய்யவும் பாடுபட வேண்டும். தேசிய விழிப்புணர்வோடு, “ஒரே மூச்சில் கடினமாக உழைத்தால், நாட்டைக் காப்பாற்றலாம்,’’ என அவர் மீண்டும் மீண்டும் கூறுகிறார். தொழிலாளர்களும் ஏழைகளும் இப்போது கடினமாக உழைக்கவில்லை என்பது போல அவர் இதைச் சொல்கிறார். தாமும் முன்னுதாரணமாக செயற்படுவதாக தே.ம.ச./ஜே.வி.பி. தலைவர் கூறிக்கொள்கிறார்!

அது மாத்திரமன்றி, தே.ம.ச. ஆட்சிக்காகவும் அதன் தேசிய எழுச்சிக்கும் விடுதலைக்காகவும் புகழ்பாடி எழுதுவதற்கு எழுத்தாளர்களும் பத்திரிகையாளர்களும் தங்கள் கருத்து சுதந்திரத்தை தியாகம் செய்ய வேண்டும்!

தே.ம.ச./ஜே.வி.பி. தலைவர், 17 அக்டோபர் 2022 அன்று ஸ்வர்ணவாஹினி உரையாடலொன்றில், கிரேக்கத்தின் போலி – இடது சிரிசா ஆட்சி “நாட்டை மீண்டும் கட்டியெழுப்ப’’ நுகர்வுகளை எவ்வாறு குறைக்க முடிவு செய்தது என்பதை விளக்கினார். கிரேக்கம் 2010 தொடக்கத்தில் இருந்து கடுமையான பொருளாதார நெருக்கடியை எதிர்கொண்டது. “கடன் அட்டையில் ஒரு நபர் ஒரு நாளைக்கு 20 யூரோ மட்டுமே எடுக்க கிரேக்க அரசாங்கம் அனுமதித்தது,’’ என்று அவர் கூறினார். உண்மையில், தே.ம.ச. ஆட்சியின் கீழ் எடுக்கப்பட வேண்டிய சிக்கன நடவடிக்கைகளை அவர் வலியுறுத்த விரும்பினார்.

அதே உரையாடல் விவாதத்தில், அவர் தனது சொந்த அரசாங்கத்தின் கீழ் சர்வதேச நாணய நிதியத்திடம் கடன் வாங்குவாரா என்று கேட்கப்பட்ட போது. அத்தகைய கடனைப் பெறுவது அவசியம் என்பதை உறுதிப்படுத்திய

திஸாநாயக்க, ‘‘நாங்கள் ஒரு முட்டுச்சந்தில் இருக்கிறோம்... எங்களுக்கு ஒருவரின் உதவி தேவை. எங்களுக்கு மூன்றாம் தரப்பு ஆதரவு தேவை என்று நாங்கள் நிச்சயமாக நினைக்கிறோம்,’’ என்றார். நாடு ‘‘அதாவது வெகுஜனங்கள், அதன் நுகர்வு முறையை மாற்ற வேண்டும்... எல்லாவற்றையும் பயன்படுத்திக் கொண்டு டொலர்களைச் சேமிக்க முடியாது,’’ என அவர் மேலும் கூறினார். சர்வதேச நாணய நிதியமானது தொழிலாளர்கள் மற்றும் ஏழைகளின் நுகர்வைக் குறைக்க விக்கிரமசிங்க அரசாங்கத்தின் ஊடாக செய்வது இவற்றையே அல்லவா?

தே.ம.ச./ஜே.வி.பி. தலைவர், கடுமையான நடவடிக்கைகளை எடுக்காமல் நாடு நெருக்கடியை சமாளிக்க முடியாது என கூறுகிறார். அவரைப் பொறுத்தளவில், மக்கள் இவ்வாறான நடவடிக்கைகளை நடைமுறைப்படுத்துவதற்காக புதிய நிர்வாகம் ஒன்றை தெரிவுசெய்துகொண்ட பிறகு, இரண்டு அல்லது மூன்று வருட கால அவகாசம் வழங்கப்படும்.

அவரது ‘‘விடுதலை இயக்கம்’’ என்று அழைக்கப்படுவது, சர்வதேச மூலதனத்துக்கும் அதனுடன் இணைந்த முதலாளித்துவ வர்க்கத்திற்கும் எதிராக அன்றி, ‘‘கள்வர் கூட்டத்தை’’ அகற்றுவதற்காக ஊழலுக்கு எதிராகவே இயக்கப்படுகிறது. இலங்கையின் பொருளாதார நெருக்கடி, ஊழலின் விளைவு என தே.ம.ச./ஜே.வி.பி., முன்னிலை சோசலிசக் கட்சி மற்றும் தொழிற்சங்கங்களும் வலியுறுத்துகின்றன. ஊழலை ஒழித்தால் நெருக்கடிக்கு தீர்வு காண முடியும் என்றும் கொள்ளையடித்த பணத்தை திருடர்களிடம் இருந்து மீட்டு அனைத்து பற்றாக்குறைகளையும் ஈடுகட்ட முடியும் என்றும் அவை வலியுறுத்துகின்றன.

ஊழல் மற்றும் இழிந்த பரிவர்த்தனைகள் மூலம் சொத்துக் குவிப்பது என்பது பெரிய முதலாளித்துவ நாடுகளில் இருந்து இந்தியா மற்றும் இலங்கை போன்ற நாடுகள் வரை பரவிய செல்வாக்குச் செலுத்தும் பொதுவான அம்சமாகும். ஊழல் என்பது முதலாளித்துவத்துடன் பின்னிப் பிணைந்துள்ளது. தே.ம.ச. விடுதலை எனப்படுவதற்காகப் போராடுவதற்கு ஒரு புதிய எதிரியைக் கண்டுபிடித்திருப்பதானது ஊழல் முதலாளித்துவ அமைப்புடன் பிணைந்த ஒன்று என்ற உண்மையை இழிந்த முறையில் மூடிமறைப்பதாகும். முதலாளித்துவத்தை தூக்கியெறிவதற்கான நேரடித் தாக்குதலை நடத்தாமல், ஜனநாயக மற்றும் சமூக உரிமைகள் மீதான அதன் தாக்குதல்களை மட்டுமன்றி ஊழலையும் அகற்ற முடியாது.

திஸாநாயக்க தனது ‘‘தேசிய விழிப்பு’’ என்ற அரசியலை

மூடிமறைப்பதற்காக வரலாற்றை ஏன் தலைகீழாக மாற்றினார் என்பதை விளக்குவதற்கு சிறிது நேரம் ஒதுக்குவது பெறுமதியானதாக இருக்கும்.

அவரைப் பொறுத்தவரை, இந்தியா, அமெரிக்கா போன்ற நாடுகள், இன்று பெரும் வல்லரசுகளாக ஆகியிருப்பது தேசிய சுதந்திர இயக்கங்களால் கிடைத்த வெற்றியாகும்!

ஐக்கிய இராச்சியம், பிரான்ஸ் மற்றும் பல ஐரோப்பிய நாடுகளில் நடந்த முதலாளித்துவ புரட்சிகளின் போது முதலாளித்துவம் வகித்த முற்போக்கான வகிபாகமானது, இந்த சக்திவாய்ந்த நாடுகள் ஏகாதிபத்திய நிலைக்கு வளர்ந்தபோது ஏற்பட்ட மாற்றங்களுடன் முடிவுக்கு வந்துவிட்டது. முதலாளித்துவம் மற்றும் அதன் தேசிய – அரசு முறைமையின் முற்போக்கான பாத்திரத்தின் நிச்சயமான முடிவை முதலாம் உலகப் போர் குறிப்பதாக, லெனினின் பெறுமதிவாய்ந்த *ஏகாதிபத்தியம்: முதலாளித்துவத்தின் உச்ச கட்டம்* என்ற நூலில் வலியுறுத்தப்பட்டுள்ளது. இந்த பகுப்பாய்விலிருந்து சமூகத்தின் சோசலிச மாற்றத்தின் புறநிலை அவசியம் விவரிக்கப்பட்டுள்ளது.

ஏகாதிபத்தியத்துக்கும் சோசலிசத்திற்கும் இடையிலான பிளவு பற்றிய தனது பகுப்பாய்வில், லெனின் கூறியதாவது: ‘‘ஊழல், பெரிய அளவிலான இலஞ்சம் மற்றும் அனைத்து வகையான மோசடிகள் போன்று, அரசியல் பிற்போக்குத்தனமும் ஏகாதிபத்தியத்துடன் பின்னிப்பிணைந்த ஒரு பண்பு ஆகும்.’’ இந்த அரசியல் பிற்போக்கு நிறைந்த ஏகாதிபத்திய நாடுகளை அரவணைத்துக்கொள்வதில் திஸாநாயக்கவுக்கு எந்தத் தயக்கமும் கிடையாது.

நிலப்பிரபுத்துவக் கூறுகளை பெருமளவில் தூக்கியெறிந்து பெரிய வெளிநாட்டு மற்றும் உள்நாட்டு வணிகங்களை தேசியமயமாக்கிய, 1949 சீனப் புரட்சிக்கும், சீனாவின் தற்போதைய மாவோவாத கம்யூனிஸ்ட் கட்சி ஆட்சிக்கும் எந்த சம்பந்தமும் கிடையாது. தனி ஒரு நாட்டில் சோசலிசம் என்ற தேசியவாத ஸ்ராலினிசக் கோட்பாட்டின் அடிப்படையில், மாவோ சேதுங் ஆட்சியானது சீனாவை உலக சோசலிசப் புரட்சிக்கான போராட்டத்தில் இருந்து தனிமைப்படுத்தியதுடன் தலைதூக்கிய ஆழமான பொருளாதார மற்றும் சமூக பிரச்சனைகளை எதிர்கொள்ள முடியாமல், அந்நாடு 1970களில் இருந்து அமெரிக்க ஏகாதிபத்தியத்துக்கு அடிபணிந்து போனது. 1989ல், சமூக நிலைமைகள் அழிக்கப்படுவதற்கும் அடக்குமுறைகளுக்கும் எதிராக, ஒரு மாணவர் – தொழிலாளர் எழுச்சி தலைதூக்கிய போது, அதை நசுக்க இரத்தம் தோய்ந்த ஒடுக்குமுறையை முன்னெடுத்த அதிகாரத்துவம், முதலாளித்துவத்தை மீட்டெடுக்கும் செயல்முறையை துரிதப்படுத்தியது.

சீனாவின் பொருளாதார எழுச்சியானது வெளிநாட்டு மூலதனத்திற்காக நாட்டை திறந்துவிட்டு, அந்நிய நேரடி முதலீட்டின் உயர்ந்த இலக்காக அந்த நாட்டை ஆக்குவதன் மூலமே உருவாக்கப்பட்டுள்ளது. அதன் மூலம், சீனாவிற்கு "உலகின் தொழிற்சாலை" அல்லது "உலகின் வேலைத் தளம்" என்ற பெயர் சூட்டப்பட்டுள்ளது.

கிராமப்புற மக்கள் வறுமை மற்றும் வேலையின்மையால் பாதிக்கப்படும் அதே வேளை, தொழிலாள வர்க்கம் சிறப்புப் பொருளாதார வலயங்களுக்கு உள்ளேயும் வெளியேயும் இரக்கமின்றி சுரண்டப்படுகின்றனர். ஷீ ஜின்பிங்கின் மாவோவாத ஆட்சி, தொழிலாள வர்க்கத்தின் மத்தியில் வளர்ந்து வரும் விரோதத்திற்கு எதிராக தனது அதிகாரத்துவ இயந்திரத்தையும் அரச இயந்திரத்தையும் கட்டவிழ்த்து வருகிறது.

இந்துத்துவ பேரினவாத சித்தாந்தத்தை அடிப்படையாகக் கொண்ட, பிரதமர் நரேந்திர மோடியின் கீழ் உள்ள இந்திய உயரடுக்கு, பிரதானமாக முஸ்லிம் சமூகத்துக்கும் ஏனைய சிறுபான்மையினருக்கும் எதிராக ஆத்திரமூட்டல்களுடன், ஒரு எதேச்சதிகார ஆட்சியை கட்டியெழுப்பி வருகிறது. அமெரிக்க ஏகாதிபத்தியத்தின் பிராந்திய கூட்டாளியான புது டெல்லி, சீனாவுடனான இராணுவ மோதலை தயாரிப்பதில் அங்கம் வகிக்கின்றது. சாராம்சத்தில், இந்தியா ஒரு பெரும் வல்லரசாக மாறும் இலட்சியங்களுடனேயே அமெரிக்காவின் தீவிர பங்காளியாக மாறியுள்ளது. இந்திய தேசிய காங்கிரஸூம் இந்திய உயரடுக்கின் ஏனைய பிரிவுகளும் இதே இலட்சியங்களையே கொண்டுள்ளன.

இந்தியத் துணைக் கண்டத்தில் பிரிட்டிஷ் காலனி ஆதிக்கத்திற்கு எதிராக இந்திய தேசிய காங்கிரஸ் தலைமையில் ஒரு தேசிய இயக்கம் இருந்தது. இருபதாம் நூற்றாண்டின் ஆரம்ப தசாப்தங்களில், இன மற்றும் மத வேறுபாடுகளைக் கடந்து இந்தப் போராட்டத்தில் மக்கள் ஒன்றுபட்டனர்.

எவ்வாறாயினும், தொழிலாள வர்க்கம் வீதிக்கு இறங்கிய நிலையில், இந்திய காங்கிரஸின் முதலாளித்துவ தலைமை வலதுபக்கம் வேகமாக நகர்ந்தது. 1947ல் பிரிட்டன் இந்தியாவிற்கு "சுதந்திரம்" வழங்கியபோது, இந்திய தேசிய காங்கிரஸானது முஸ்லீம் முதலாளித்துவத்தின் முஸ்லீம் லீக் உடன் இணைந்து, இந்திய துணைக் கண்டத்தின் உயிருள்ள உடலை, இந்து இந்தியா மற்றும் முஸ்லீம் பாகிஸ்தான் என இன அடிப்படையில் பிரிப்பதற்காக பிரிட்டிஷ் ஏகாதிபத்தியத்துடன் சதி செய்தது, வரலாற்றில் மிகப் பெரிய படுகொலைகளில் ஒன்றிற்கு வழிவகுத்த அந்தப் பிரிவினை, இன்று துணைக்

கண்டத்தில் தொழிலாள வர்க்கத்தை ஒருவருக்கொருவர் எதிராக இருத்தவும், ஒருவருக்கொருவர் போர் அச்சுறுத்தல்களை விடுக்கவும் புது டெல்லி மற்றும் இஸ்லாமாபாத்தினால் பயன்படுத்தப்படும் ஒரு நச்சு ஆயுதமாக ஆகியுள்ளது. இந்த அபிவிருத்திகளை மூடிமறைக்கின்ற திஸாநாயக்க, இந்திய உயரடுக்கு இனப் பிளவுகளுக்கு அப்பால் வெகுஜனங்களை ஒன்றிணைப்பதாக பொய்யாக சித்தரிக்கின்றார்.

1939 இல், *இந்திய தொழிலாளர்களுக்கு எழுதிய ஒரு திறந்த கடிதத்தில்*, இந்திய முதலாளித்துவத்தின் குணாம்சத்தை ட்ரொட்ஸ்கி பின்வருமாறு விளக்கினார்:

> “இந்திய முதலாளித்துவ வர்க்கம் ஒரு புரட்சிகரப் போராட்டத்தை வழிநடத்த இலாயக்கற்றது. அவர்கள் பிரிட்டிஷ் முதலாளித்துவத்துடன் நெருக்கமாக பிணைந்து, அதைச் சாா்ந்து நிற்கின்றனர். அவர்கள் தங்கள் சொத்துக்காக பயந்து நடுங்குகிறார்கள். அவர்கள் பொதுமக்களுக்கு பயப்படுகிறார்கள். அவர்கள் பிரிட்டிஷ் ஏகாதிபத்தியத்துடன் எந்த விலை கொடுத்தேனும் சமரசம் செய்துகொள்ள முயல்வதோடு, மேலிருந்து கிடைக்கும் சீர்திருத்தம் பற்றிய நம்பிக்கைகளை அளித்து, இந்திய மக்களை அமைதிப்படுத்தி வருகின்றனர். இந்த முதலாளித்துவ வர்க்கத்தின் தலைவர் தீர்க்கதரிசி எனப்படும் காந்தி ஆவார். ஒரு பொய்யான தலைவர்! ஒரு பொய்யான தீர்க்கதரிசி!”

இலங்கையின் உயரடுக்கு, பிரித்தானிய காலனித்துவ எஜமானர்களின் சிப்பாய்களாக ஒரு துரோக பாத்திரத்தை வகித்தமை என்பது தனிநபர்கள் பிரச்சினை அல்ல. வரலாற்று ரீதியாக இலங்கையின் பலவீனமான முதலாளித்துவ வர்க்கம், பிரித்தானிய நிறுவனங்களுடன் தொடர்புடைய கனிஷ்ட வர்த்தகர்களாக வெளிப்பட்டது. முதலாளித்துவத்தின் பரிதாபகரமான தோற்றத்திற்கு முன்னதாகவே களத்துக்கு வந்த தொழிலாளி வர்க்கத்தையிட்டு எப்போதும் பீதியடைந்திருந்த அவர்கள், 1948ல் சுதந்திரத்திற்கு முன்னும் பின்னும் தொழிலாள வர்க்கத்தை பிளவுபடுத்துவதற்கு இனவாதத்தைப் பயன்படுத்தினர். விஷமத்தனமான தமிழ்ர் – விரோத இனவாதத்தின் பயன்பாடு இறுதியில் 1983ல் பிரிவினைவாத தமிழீழ விடுதலைப் புலிகளுக்கு எதிரான இனவாதப் போர் வெடிப்பதற்கு வழிவகுத்தது.

26 ஆண்டுகால யுத்தத்தின் தீவிர ஆதரவாளராகவும், முதலாளித்துவ வர்க்கத்துடன் சேர்ந்து தமிழர்–விரோத இனவாதத்தைத் தூண்டியவராகவும் ஒரு அவமானகரமான சாதனையை ஜே.வி.பி. கொண்டுள்ளது. தே.ம.ச.

முன்னணியில் உள்ள பலர், இனவாத பிரச்சாரத்தில் பங்குபற்றியவர்களாக இருக்கின்ற போதிலும், தமிழ் மக்களின் வாக்குகளை சுரண்டிக்கொள்வதன் பேரில் தாம் இனவாத அரசியலில் ஈடுபடவில்லை என பாசாங்கு செய்கின்றனர்.

இந்தியத் துணைக் கண்டத்தில் நான்காம் அகிலத்தின் கிளையாக 1942ல் ஸ்தாபிக்கப்பட்ட ட்ரொட்ஸ்கிச இந்திய போல்ஷிவிக் – லெனினிஸ்ட் கட்சி (பி.எல்.பீ.ஐ.) மட்டுமே, பிரிட்டிஷ் காலனித்துவ ஆட்சியாளர்களுக்கும் இலங்கையில் உள்ள அவர்களது கூட்டாளிகளுக்கும் எதிராக, தொழிலாள வர்க்கத்தையும் அவர்களுக்குப் பின்னால் கிராமப்புற ஏழைகளையும் சுயாதீனமாக அணிதிரட்டப் போராடியது. சுதந்திரத்திற்குப் பின்னர், 1964ல் சிறிமா பண்டாரநாயக்கவின் முதலாளித்துவ அரசாங்கத்துக்குள் லங்கா சமசமாஜக் கட்சி (ல.ச.ச.க.) நுழைந்து காட்டிக்கொடுக்கும் வரை, தமிழர் விரோத இனவாத அரசியலுக்கு எதிரான போராட்டத்தில் ட்ரொட்ஸ்கிஸ்டுகள் முக்கிய பங்கைக் கொண்டிருந்தனர்.

முதலாளித்துவ அரசியல் தலைவராக உருவாகியுள்ள திஸாநாயக்கவுக்கு இந்த வரலாற்று உண்மை எதிரியாக இருக்கின்றது. இப்போது அவர், கடந்த காலத்தில் சாத்தியமில்லாத "தேசிய விழிப்புணர்வை" கொண்டு வருவதில் ஒரு தலைவரின் வகிபாகத்தை ஆற்றுபவராக நடிக்கிறார். வரலாறு ஒரே மாதிரியாக திரும்ப திரும்ப வராது. இன்று இந்த போலியான தேசிய எழுச்சியின் தலைவனால் பிற்போக்கு பாத்திரம் ஆற்றுபவராகவே உருவாக முடியும்.

இலங்கையின் பொருளாதாரத்திற்காக தே.ம.ச. முன்வைக்கும் வியட்நாம் மற்றும் சிங்கப்பூர் மாதிரிகள்

தே.ம.ச./ஜே.வி.பி. தலைவர்களில் ஒருவரான நலிந்த ஜயதிஸ்ஸ, டிசம்பர் 14, *டெய்லி மிரர்* பத்திரிகைக்கு பேட்டியளித்தபோது, தே.ம.ச. ஆட்சிக்கு வந்தால் தாம் செயல்படுத்தும் வேலைத்திட்டத்தை விளக்கினார்: "சேவைத் துறையை மேம்படுத்துவதில் சிங்கப்பூர் மாதிரியைப் போன்ற விசேட அம்சங்களை நாங்கள் கொண்டுள்ளோம். நமது கொள்கைக்கு மிக நெருக்கமான நாடு எது என்று ஒருவர் கேட்டால், வியட்நாமை சுட்டிக்காட்டலாம்..." என அவர் தெரிவித்தார்.

அமெரிக்க சார்பு நாடான சிங்கப்பூரின் ஆட்சியாளர்கள் அங்கு ஒரு பொலிஸ் அரசை நடத்துகிறார்கள். பிராந்தியத்தில் கப்பல் சேவைகளுக்கான மையமாகவும், வர்த்தகம், தகவல் தொழில்நுட்பம், போக்குவரத்து, தங்குமிடம் போன்ற சேவைகளை வழங்குவதில் முன்னணி நிறுவனமாகவும் அந்த

நாடு செயல்படுகிறது. இலங்கைக்கு “திறந்த சந்தைக் கொள்கைகளை” அறிமுகப்படுத்திய முன்னாள் ஜனாதிபதி ஜே.ஆர். ஜயவர்த்தன உட்பட விக்கிரமசிங்கவும் மற்றும் பலரும் சிங்கப்பூரை இலங்கைக்கு ஏற்ற மாதிரியாகக் குறிப்பிட்டுள்ளனர். தனிநபர் வருமானம் அதிகமாக இருந்தபோதிலும், சிங்கப்பூர் கடுமையான சமூக சமத்துவமின்மை உள்ள நாடுகளில் ஒன்றாகும். இந்த மாதிரியை அறிமுகப்படுத்தியவராகப் போற்றப்படும் சிங்கப்பூரின் முன்னாள் தலைவர் லீ குவான் யூ, தே.ம.ச. தலைவர்களின் கண்களையும் திறந்து விட்டிருக்கின்றார்.

1975 ஆம் ஆண்டில், வியட்கொங்கியர்களின் புரட்சிகர வெற்றி, அமெரிக்கப் படைகளுக்கு அவமானகரமான தோல்வியை ஏற்படுத்தி, அதன் தெற்கு வியட்நாமிய பொம்மை அரசாங்கத்தை தூக்கியெறிந்து, வடக்கு மற்றும் தெற்கு வியட்நாமை ஒன்றிணைத்தது. 11 ஆண்டுகளுக்குப் பிறகு, வியட்நாமின் ஸ்ராலினிச கம்யூனிஸ்ட் கட்சி அதிகாரத்துவம், நாட்டில் முதலாளித்துவத்தை மீட்டெடுக்கத் தொடங்கியது. பல்லாயிரக்கணக்கான அரச நிறுவனங்கள் தனியார்மயமாக்கப்பட்டு, நாடு முழுவதும் வறுமை பரவி, தொழிலாளர்களின் போராட்டங்கள் நசுக்கப்பட்டுள்ளன என்று அறிக்கைகள் குறிப்பிடுகின்றன.

வியட்நாமை பாராட்டுபவரான தே.ம.ச. தலைவர் திஸாநாயக்கவும், அந்த நாடு 2022ல் 27 பில்லியன் டொலர் வெளிநாட்டு நேரடி முதலீட்டை ஈர்க்கும் திறனையும் சுட்டிக்காட்டுகிறார். அதிக வெளிநாட்டு நேரடி முதலீட்டை ஈர்க்கும் கொள்கைகள் இலங்கைக்கு தேவை எனவும் அவர் சுட்டிக்காட்டியுள்ளார். வியட்நாமில் முதலீட்டாளர்களுக்கு மலிவு உழைப்பைப் பெறுவதற்காக இதுவரை 80 சிறப்புப் பொருளாதார வலயங்கள் உருவாக்கப்பட்டுள்ளதுடன், மேலும் இதுபோன்ற மண்டலங்கள் உருவாக்கப்பட உள்ளன. இராட்சத நிறுவனங்களின் இலாபத்தை அதிகரிக்க, புலம்பெயர்ந்த மற்றும் உள்நாட்டு தொழிலாளர்கள் சுரண்டப்படுகின்ற வியட்நாம், சர்வதேச நாணய நிதியத்தின் மேற்பார்வையிலேய உள்ளது.

வெளிநாட்டு முதலீட்டாளர்களுக்கு மலிவு உழைப்பைச் சுரண்டுவதற்காக இலங்கையில் ஏற்கனவே கட்டியெழுப்பப்பட்டுள்ள சுதந்திர வர்த்தக வலயங்கள் மற்றும் விசேட பொருளாதார வலயங்கள், தே.ம.ச. கூறும் வியட்நாம் மாதிரியின் படி மேலும் விரிவுபடுத்தப்பட உள்ளன.

ஜயதிஸ்ஸ, *டெயிலி மிரர்* பத்திரிகைக்கு வழங்கிய நேர்காணலில், தங்களின் ஆட்சியின் கீழ், கல்வி அரச மேற்பார்வையின் கீழ் இருந்தாலும், தனியார் துறைக்கு பல்கலைக்கழகங்கள் மற்றும் பிற நிறுவனங்களை

அமைக்க அனுமதிக்கப்படும் என்று கூறினார், சுகாதாரத் துறையிலும் இதே நடவடிக்கைகள் எடுக்கப்படும்.

திஸாநாயக்கவும் அவரது குழுமமும், விக்கிரமசிங்க அரசாங்கத்தினால் நடைமுறைப்படுத்தப்படும் சர்வதேச நாணய நிதியத்தின் கொள்கைகளிலிருந்து தாம் வெகுதூரத்தில் இருப்பதாக காட்ட முயற்சிக்கின்றனர். இத்தகைய பாசாங்குகள், பொதுமக்களை தடம்புரட்டுவதற்கும் கடுமையான சிக்கன நடவடிக்கைகள் மீதான வெகுஜன எதிர்ப்பை தமக்கு சாதகமாக சுரண்டிக்கொள்வதற்கும் காட்டப்படுகின்றன. எவ்வாறாயினும், முன்னர் மேற்கோள் காட்டியபடி, தே.ம.ச. ஜனாதிபதி வேட்பாளரே, 2022 அக்டோபரில், இலங்கையை மீட்பதற்கு “மூன்றாம் தரப்பினரின்” அதாவது, சர்வதேச நாணய நிதியத்தின்,” ஆதரவு நிச்சயமாகத் தேவை என்று கூறினார்.

14 டிசம்பரில் நடைபெற்ற, 2024 ஆண்டுக்கான வரவு செலவுத் திட்டம் மீதான வாக்கெடுப்பைத் தொடர்ந்து, தே.ம.ச. உயர்மட்டத் தலைவரும் பாராளுமன்ற உறுப்பினருமான டாக்டர் ஹரிணி அமரசூரிய ஊடகங்களிடம் பேசிய போது, “நாங்கள் ஆட்சிக்கு வந்தால், தே.ம.ச. நிச்சயமாக சர்வதேச நாணய நிதிய உடன்படிக்கையை மறுபரிசீலனை செய்யும். உற்பத்தி துறையை மேம்படுத்த நடவடிக்கை எடுக்கும் அதே நேரம், உழைக்கும் மக்களுக்கு பாதிப்பு ஏற்படாத வகையில் கடன் மறுசீரமைப்பு திட்டம் தொடர்ந்தும் முன்னெடுக்கப்படும்”, எனக் கூறினார்.

சர்வதேச நாணய நிதியத்தின் திட்டத்தை பற்றி மீண்டும் கலந்துரையாடுவதானது தே.ம.ச. மக்களை ஏமாற்ற பயன்படுத்தும் வார்த்தையாகும். ஐக்கிய மக்கள் சக்தி தலைவர் சஜித் பிரேமதாசவும் இதே வார்த்தைகளை உச்சரிக்கின்றார். சிக்கனக் கொள்கைகளை தீர்மானிக்க, நாடுகளில் அதன் இரக்கமற்ற தலையீட்டிற்கு பெயர் பெற்ற ஏகாதிபத்திய நிதி கட்டுப்பாட்டாளரான சர்வதேச நாணய நிதியம், தே.ம.ச.யையும் இதே முறையிலேயே கையாளும்.

ஓய்வுபெற்ற இராணுவ அதிகாரிகளின் கூட்டு என்ற உத்தியோகப்பூர்வமற்ற இராணுவ இயந்திரம்

11 பிப்ரவரி 2023 அன்று, தமக்கு ஆதரவு வழங்குவதற்காக முன்னாள் இராணுவ அதிகாரிகள் மற்றும் சிப்பாய்களை ஒருங்கிணைப்பதாக அறிவித்த தே.ம.ச., அவர்களின் மாநாடு ஒன்றை மஹரகம தேசிய இளைஞர் சேவை மண்டபத்தில் நடத்தியது.

2023 பெப்ரவரி 11 அன்று தே.ம.ச./ஜே.வி.பி.யினால் கூட்டப்பட்ட ஓய்வுபெற்ற இராணுவ அதிகாரிகள் கூட்டத்தில் ஜே.வி.பி. தலைவர் அனுரகுமார திஸநாயக்க உரையாற்றிய போது. ஓய்வுபெற்ற சிரேஷ்ட இராணுவ அதிகாரிகள் மற்றும் தொழிலறிஞர்கள் அவரின் பின்னால் அமர்ந்துள்ளனர். [Photo: WSWS]

திஸாநாயக்க பார்வையாளர்களிடம் வேண்டுகோள் விடுத்து, கட்சியின் பணிகளுக்கு முன்னாள் படைவீரர்கள் முக்கிய உந்துதலாக இருப்பார்கள் எனக் கூறினார். “நாங்கள் எதிர்பார்க்கும் மாற்றத்தின் பிரதான பணிகளை உங்களால்தான் இட்டு நிரப்ப முடியும். நீங்கள் ஒரு ஒழுங்கமைக்கப்பட்ட சக்தி... இந்த மாற்றத்தை ஏற்படுத்த அத்தகைய சக்தி தேவை. இராணுவம் என்பது பயிற்சி பெற்ற மனித வளம் ஆகும்... அனைத்து துறைகளிலும் பரவியிருக்கும் அமைப்பு ஆகும்,” என அவர் அறிவித்தார்.

ஓய்வுபெற்ற மேஜர் ஜெனரலும், கிழக்கு மாகாணத்தின் முன்னாள் தளபதியுமான அருண ஜயசேகர எதிர்கால தே.ம.ச. அரசாங்கத்தில் பாதுகாப்பு அமைச்சராக இருப்பார் என்றும் திசாநாயக்க அங்கு அறிவித்தார்.

தே.ம.ச. தலைமையிலான இராணுவக் கூட்டு, கடந்த ஆண்டு ஒவ்வொரு மாவட்டத்திலும் உள்ள முன்னாள் அதிகாரிகளை ஒன்றிணைக்க தொடர்ச்சியான கூட்டங்களை நடத்தியது.

ஜனவரி 6 அன்று, கம்பஹாவில் நடைபெற்ற கூட்டமொன்றில் ஜயசேகர பின்வருமாறு கூறினார்: திருடர்களிடம் நாட்டைக் கையளிக்க நாம் நாட்டை விடுவிக்கவில்லை. விரிவாகக் கூறப்படாவிட்டாலும்,

விடுதலைப் புலிகளைத் தோற்கடித்து 26 வருடகால யுத்தத்தை முடிவுக்குக் கொண்டுவந்த இராணுவத்தின் செயற்பாடுகளையே அவர் சுட்டிக்காட்டினார். இராணுவத்துக்குள் செல்வாக்குச் செலுத்தும் சிங்கள இனவாதமே அவரிடமிருந்து இவ்வாறு வெளியிடப்பட்டது.

எதிர்கால தே.ம.ச. அரசாங்கம் எல்லா துறைகளிலும் ‘‘தேசிய பாதுகாப்பை’’ உறுதிப்படுத்துவதற்கு முன்னுரிமை கொடுக்கும் என அவர் வலியுறுத்தினார். இதன் அர்த்தம், ‘‘இராணுவ கூட்டானது’’ எல்லா விடயங்களிலும் உச்சத்தில் நின்று இயங்கி, தே.ம.ச. திட்டத்தை செயல்படுத்த மக்களுக்கு கட்டளையிடும் ஒரு துணை இராணுவப் படையாகச் செயல்படும்.

திஸாநாயக்க *த ஹிந்து* பத்திரிகைக்கு வழங்கிய நேர்காணலில் முன்னாள் இராணுவ வீரர்களை அணிதிரட்ட தே.ம.ச. முயற்சிக்கும் போது, இராணுவ வன்முறையை எதிர்கொண்ட ‘‘1987–1990’’ ஜே.வி.பி. உறுப்பினர்களின் குடும்பங்கள் எப்படி பிரதிபலிக்கும் என்பது பற்றியும், ‘‘போர்க்குற்றம் சுமத்தப்பட்ட இராணுவத்தினருடன் பதற்றமான உறவு வைத்துள்ள தமிழ் மக்கள்’’ பற்றியும் கேள்வி எழுப்பப்பட்டது.

‘‘எமது அரசியல் செயற்பாடுகளில் பெரும்பாலானவை சிங்கள சமூக மக்களுடன் தான் உள்ளன. முன்னாள் இராணுவ உறுப்பினர்கள் அதில் ஒரு பகுதியினர்,’’ என்று அவர் பதிலளித்தார். தமிழ் மக்கள் மத்தியில் தனது கட்சி பலவீனமாக இருப்பதை அவர் ஒப்புக்கொண்டார். திஸாநாயக்கவைப் பொறுத்தவரை, தமது உறுப்பினர்களின் குடும்பங்களுக்கு இராணுவம் சம்பந்தமாக காணப்படும் எதிர்ப்பு மற்றும் போர்க்குற்றங்கள் தொடர்பாக தமிழ் மக்கள் மத்தியில் காணப்படும் கோபத்தை விடவும் முப்படைகளின் கூட்டு முக்கியமானது.

முன்னாள் படையினரை நோக்கிய இந்த முன்னெப்போதும் இல்லாத திருப்பமும் தே.ம.ச. அரசாங்கத்தின் கீழ் இராணுவத்தின் வகிபாகம் பற்றிய திசாநாயக்கவின் வலியுறுத்தல் தொழிலாள வர்க்கத்திற்கு ஒரு எச்சரிக்கையாகும். ஆளும் வர்க்கம் எந்தவொரு தொழிலாள வர்க்க எழுச்சியையும் ஒடுக்குவதற்கு இராணுவத்தை தயார்படுத்தி வருகிறது. தே.ம.ச.யும் அதையே செய்கிறது.

மக்கள் விடுதலை முன்னணி தொழிற்சங்கங்களின் வகிபாகம்

ஜே.வி.பி. தனது தொழிற்சங்கங்களை இயக்கி வருவது தொழிலாளர்களின் சுயாதீன நடவடிக்கையைத் தடுப்பதற்கே ஆகும். 2022 வெகுஜன எழுச்சியின் போது, ஜே.வி.பி. தொழிற்சங்கங்கள், ஏனைய தொழிற்சங்கங்களுடன்

சேர்ந்து தனது இடைக்கால அரசாங்க முன்மொழிவுக்கான பிரச்சாரத்தை முன்னெடுப்பதன் பக்கம் திரும்பியது. எழுச்சியைக் காட்டிக் கொடுத்த பின்னர், ஜே.வி.பி.ஃதே.ம.ச., உள்ளூராட்சி, தேசிய மற்றும் ஜனாதிபதித் தேர்தல்களுக்கான பிரச்சாரத்தை தொடங்கியதோடு, இந்த தொழிற்சங்கங்கள் பிரச்சாரத்திற்கு அணி திரண்டன.

தே.ம.ச. கடந்த ஆண்டு முதல் ஜனாதிபதி தேர்தலில் கவனம் செலுத்தி வருகிறது. ஜனவரி 2 அன்று நடைபெற்ற, பிரதானமாக தொழிற்சங்க அதிகாரத்துவத்தை உள்ளடக்கியிருந்த ஜே.வி.பி. தொழிற்சங்க மாநாட்டில் திஸாநாயக்க பிரதான பேச்சாளராக இருந்தார். வழமைபோல் நாட்டில் ஊழலைப் பற்றி பேசிய பின்னர், ஜனாதிபதித் தேர்தல் தே.ம.ச.க்கு ‘‘செய் அல்லது செத்து மடி’’ பற்றிய போராக இருக்கும் என்றார். அரச நிறுவனங்களை தனியார்மயமாக்குவதற்கு எதிராக கட்சி தொழிற்சங்கங்களின் போராட்டத்தை நடத்துவது பற்றி அவர் பேசவில்லை. திஸாநாயக்கவின் பேச்சு, முழுக்க முழுக்க அடுத்த தேர்தலில் தே.ம.ச.யை அதிகாரத்திற்கு கொண்டு வர வேண்டியதன் அவசியத்தை வலியுறுத்தும் வகையில் அமைந்திருந்தது.

பல்வேறு துறைகளிலான தொழிற்சங்கங்களின் கூட்டங்களுக்கு அழைப்பு விடுக்கும் ஜே.வி.பி. தொழிற்சங்கத் தலைவர்களின் பிரச்சாரத்தின் அடிப்படைக் கருப்பொருள் இதுதான். ஜே.வி.பி. ஆசிரியர் சேவை சங்கம் (ஆ.சே.ச.) தொடர் மாவட்ட மாநாடுகளை கூட்டியிருந்தது. டிசம்பர் 14 அன்று சிலாபத்தில் நடைபெற்ற மாவட்ட ஆசிரியர்களுக்கான மாநாட்டில் ஆ.சே.ச. செயலாளர் மஹிந்த ஜயசிங்க உரையாற்றினார். அடுத்த ஆண்டு ‘‘ஊழல்காரர்களை அகற்றும் ஆண்டாகவும்’’, ‘‘சமூக மாற்றம் ஏற்படும்’’ ஆண்டாகவும் இருக்கும் என்றார். ‘‘அதில் ஆசிரியர்களுக்கு முக்கிய பங்கு உள்ளது. தேர்தல் வரும் போது நல்ல வலையை விரித்து மக்களை தெளிவு படுத்துவோம்,’’ என அவர் ஆசிரியர்களை வலியுறுத்தினார்.

ஜே.வி.பி. மற்றும் அதன் தொழிற்சங்கங்களின் முன்னணி தலைவர்களில் ஒருவரான வசந்த சமரசிங்க, நவம்பர் 2 அன்று அகில இலங்கை துறைமுக பொது ஊழியர் சங்கத்தில் உரையாற்றினார். அங்கு தே.ம.ச. அரசாங்கம் துறைமுகத் தொழிலாளர்களின் அனைத்துப் பிரச்சினைகளையும் தீர்க்கும் என்று குறிப்பிட்ட அவர், தே.ம.ச. அரசாங்கத்தின் கீழ், ‘‘துறைமுக அமைச்சரையும் அனைத்து தொழிற்சங்கங்களையும் ஒன்றிணைக்கும் ஒரு செயல்பாட்டு செயல்முறை உள்ளது.’’ இதற்காக வினைத்திறன் கூடிய சேவை வழங்குனராகவும் வேலை வாய்ப்பை உருவாக்கக்கூடியதாகவும்

கொழும்பு துறைமுகம் அபிவிருத்தி செய்யப்பட வேண்டும், என்றும் கூறிய அவர், ‘‘நாட்டில் நல்ல உற்பத்தியை வளர்க்கும் பொறுப்பு தொழிலாளர்களுக்கு உள்ளது’’ என்றும் கூறினார்.

இந்த அறிவிப்பானது ஜே.வி.பி. ஆட்சியின் கீழ் தொழிற்சங்கங்களின் செயல்பாட்டினை காட்டுகிறது. தொழிற்சங்கங்கள் அமைச்சருடன் ஒத்துழைத்து செயல்படும் அதே நேரம், ‘‘தொழிலாளர் உற்பத்தித்திறனை’’ அதிகரிப்பதற்கான உந்துதலை மேற்கொள்ளும். தொழிற்சங்கங்கள் அரசின் கூட்டுத்தாபனப் பிரிவாகச் செயல்பட்டு, தொழிலாளர்களைச் சுரண்டும் திட்டங்களை வகுப்பதில் பங்கெடுப்பதோடு அதைச் செயல்படுத்துவதில் தொழில்துறை போலீசாக செயல்படும்.

இந்த நடவடிக்கையானது 1970 – 1977 காலத்தில் ஸ்ரீலங்கா சுதந்திரக் கட்சி, லங்கா சமசமாஜக் கட்சி மற்றும் கமயூனிஸ்ட் கட்சியினதும் கூட்டணி அரசாங்கங்களை நினைவுகூருகிறது. தனித்தனியாக, சம சமாஜ மற்றும் ஸ்ராலினிசக் கட்சிகளின் தொழிற்சங்கத் தலைவர்கள், வேலைத் தளங்களில் ‘‘ஆலோசனை சபைகளை’’ உருவாக்குவதில் முன்நின்று செயற்பட்டனர். அவர்கள் வேலைச் சுமையை அதிகரிக்க நிர்வாகத்திற்கு ஆலோசனை வழங்கியதோடு இந்த போக்கை எதிர்த்த தொழிலாளர்களை வேட்டையாடுவதற்கு முகாமையாளர்களை தூண்டி விட்டனர். கூட்டு அரசாங்கங்களின் போது தொழிற்சங்கங்கள் ஆற்றிய வகிபாகத்தை விஞ்சிச் செல்லும் ஜே.வி.பி. தொழிற்சங்கங்கள், தொழிலாளர்களை வேட்டையாடுவதற்கு அரசாங்கம் மற்றும் முதலாளித்துவ நிறுவனங்களின் ஏஜன்டுகளாக வெளிப்படையாக வேலை செய்யும் என்று நாங்கள் தொழிலாளர்களை எச்சரிக்கிறோம்.

தொழிலாளர்களின் போராட்டங்களைத் தடுக்க ஜே.வி.பி. செயற்படுவதில் இன்னொரு பக்கமும் உள்ளது. ‘‘பொதுமக்கள் கடுமையாக உழைக்க வேண்டும்’’ மற்றும் நுகர்வு முறையை மாற்ற வேண்டும் என வலியுறுத்தும் அது தொழிலாளர் போராட்டங்கள் இப்போது மட்டுப்படுத்தப்படாவிட்டால், தங்கள் சொந்த அரசாங்கத்தின் கீழும் தொழிலாளர்களின் கோரிக்கைகள் கொழுந்துவிட்டெரியும் என்று அஞ்சுகிறது.

ஏகாதிபத்திய நாடுகளுடன் தே.ம.ச.யின் சூழ்ச்சிகள்

தே.ம.ச./ஜே.வி.பி. தலைவர்கள் கொழும்பு இராஜதந்திரிகளுடன், குறிப்பாக ஏகாதிபத்திய நாடுகளைச் சேர்ந்த இராஜதந்திரிகளுடன் உறவுகளை

அமெரிக்கத் தூதுவர் ஜூலி சங்குடன் அனுரகுமார திஸாநாயக்க (Source: US Ambassador Julie Chung Facebook page)

வளர்த்துக்கொண்டு, தங்ளது அமைப்பு நாட்டை ஆளுவதற்கும் ஏகாதிபத்தியம் மற்றும் பூகோள மூலதனத்தின் கோரிக்கைகளை நடைமுறைப்படுத்துவதற்கும் பொறுப்பேற்கக் கூடிய ஒரு சாத்தியமான மாற்றீடாக இருப்பதாக அவர்களை நம்பவைக்கும் நடவடிக்கையில் ஈடுபட்டுள்ளனர்.

2022 வெகுஜன எழுச்சிக்கு மத்தியில், கொழும்பிற்கான அமெரிக்கத் தூதுவர் ஜூலி சங், ஜே.வி.பி. தலைவர்களை அவர்களது கட்சித் தலைமையகத்தில் சந்தித்து, அது அண்மைக்காலத்தில் “மக்களிடையே எதிரொலிக்கின்ற”, “வளரும் இருப்புகொண்ட” “சிறப்புவாய்ந்த கட்சியாக” ஆகியுள்ளது என்று குறிப்பிட்டார். “நாங்கள் ஒருவரையொருவர் நன்கு புரிந்து கொண்டுள்ளோம் என்று நினைக்கிறேன்” என சங் தனது முடிவை கூறினார்.

அப்போதிருந்து, அமெரிக்கத் தூதுவர், ஜே.வி.பி. தலைவர்களை குறைந்தபட்சம் இரண்டு முறையாவது சந்தித்துள்ளார். இந்த கட்சி, ஐக்கிய இராச்சியம், பிரான்ஸ், இத்தாலி, ஜெர்மனி, ஆஸ்திரேலியா மற்றும் சிறு சக்திகளான நெதர்லாந்து, டென்மார்க், நோர்வே, சுவிட்சர்லாந்து, நியூசிலாந்து ஆகிய நாடுகளின் தூதர்களுடனும் பேச்சுவார்த்தை நடத்தியது. குறிப்பாக, சீனாவிற்கு எதிரான அதன் இராணுவ அபிலாஷைகளுடன் இணையுமாறு

கொழும்பு ஆட்சியை நெருக்கிவருகின்ற .அமெரிக்காவுடன் உறவுகளை வளர்த்துக் கொள்ள தே.ம.ச./ஜே.வி.பி. ஆர்வமாக உள்ளது.

“எங்கள் நெருங்கிய அண்டை நாடான இந்தியா, ஒரு பிரதான அரசியல் மற்றும் பொருளாதார மையமாக ஆகியுள்ளது என்பதை நாங்கள் அறிவோம்” என *தி ஹிந்து* பத்திரிகைக்கு அளித்த பேட்டியில் திஸாநாயக்க தெரிவித்தார். எதிர்கால தே.ம.ச. அரசாங்கம், பொருளாதார மற்றும் அரசியல் முடிவுகளை எடுக்கும்போது, “அவை இந்தியாவை எவ்வாறு பாதிக்கும் என்பதை நாங்கள் எப்போதும் கவனத்தில் கொண்டு செயற்படுவோம்” என்றும் அவர் உறுதியளித்தார்.

தொழிலாள வர்க்கத்தின் இழப்பில், ஏகாதிபத்தியம் அதே போல் பிராந்திய சக்திகளின் நலன்களுக்குச் சேவை செய்யத் தாம் தயாராக இருப்பதையே தே.ம.ச./ஜே.வி.பி. தலைவர் இவ்வாறு வஞ்சத்தனமான முறையில் வெளிக்காட்டியுள்ளார்.

மக்கள் விடுதலை முன்னணியின் (ஜே.வி.பி.) தோற்றம் தொடர்பாக

ஜே.வி.பி. 1960களில் சிங்கள பேரினவாதத்துடன் வலுவாக இணைந்த, மாவோவாதம், காஸ்ட்ரோவாதம், விவசாய கெரில்லவாதத்தின் அடிப்படையில், தீவின் தெற்கில் அதிருப்தியடைந்த சிங்கள இளைஞர்களை உள்வாங்கி உருவாக்கப்பட்டது.

லங்கா சமசமாஜக் கட்சி (ல.ச.ச.க.), பண்டாரநாயக்க அரசாங்கத்துக்குள் நுழைந்து கொண்டு செய்த மாபெரும் காட்டிக்கொடுப்பின் விளைவாகவே ஜே.வி.பி. தோன்றியது. ட்ரொட்ஸ்கிசத்தில் இருந்து பிரிந்த சர்வதேச பப்லோவாத திருத்தல்வாத இயக்கம், இந்த காட்டிக்கொடுப்பை நேரடியாக ஆதரித்தது. ல.ச.ச.க.யின் காட்டிக்கொடுப்பின் விளைவாக, மாவோவாத கம்யூனிஸ்ட் கட்சியில் இருந்து பிரிந்த குழு ஒன்று, சிங்கள கிராமப்புற குட்டி முதலாளித்துவப் பிரிவினர் மத்தியில் ஜே.வி.பி.யை தோற்றுவிக்க வாய்ப்பு கிடைத்ததோடு, வடக்கு மற்றும் கிழக்கில் பிரிவினைவாத புலிகளும் ஏனைய தமிழ் குழுக்களும் தலைதூக்க காரணமாகியது.

சோசலிச சமத்துவக் கட்சியின் முன்னோடியான புரட்சிக் கம்யூனிஸ்ட் கழகத்தின் (பு.க.க.) முதலாவது பொதுச் செயலாளரான மறைந்த கீர்த்தி பாலசூரிய 1970 இல் எழுதிய, *மக்கள் விடுதலை முன்னணியின் அரசியலும் வர்க்கப் பண்பும்* என்ற தனது நிலைபேறான நூலில் ஜே.வி.பி.யின் இந்த

தோற்றத்தை பகுப்பாய்வு செய்துள்ளார்.

தமிழ் மக்களுக்கு எதிராக, குறிப்பாக, இந்திய வம்சாவளி தோட்டத் தொழிலாளர்களுக்கு எதிராக தொடுக்கப்பட்ட சிங்களப் பேரினவாத அரசியல், எதிர்ப்போக்குத் திசையில் பரிணமிக்க முடியும் என அவர் சுட்டிக்காட்டினார். பாலசூரியா எழுதியதாவது: "தோட்டத் தொழிலாளர்களின் நிலைமைகளை அழிக்க பிரிட்டிஷ் ஏகாதிபத்தியமும் இலங்கை முதலாளித்துவமும் முயற்சிக்கின்ற நேரத்தில் வெளிப்படுகின்ற குட்டி முதலாளித்துவ தோட்டத் தொழிலாளர் - விரோதம், நேரடியாக ஏகபோக முதலாளித்துவத்தின் அப்பட்டமான கருவியாக மாற்றம் பெறும். இந்த இனவாதம் பாசிசத்திற்கு இட்டுச் செல்வதோடு, ஜே.வி.பி.யானது எதிர்கால பாசிச இயக்கமாக நன்கு பயன்படுத்தப்படக் கூடிய தொழிலாளர் விரோத சக்தியை இலங்கையில் உருவாக்குகின்றது."

மார்க்சிசம் மற்றும் சோசலிசத்தின் மீது தங்களுக்கு ஆர்வம் இருப்பதாக ஜே.வி.பி. தலைவர்கள் வெளிப்படுத்தும் கருத்துக்கள், இந்த குட்டி முதலாளித்துவ அமைப்பின் மீது சோசலிச சாயம் பூசும் ஒரு தந்திரமாகும் என்று பாலசூரிய விளக்கினார்.

அதை அடுத்து வந்த கடந்த பல தசாப்தங்களில், இந்த கணிப்புகள் சக்திவாய்ந்தவையாக உறுதிப்படுத்தப்பட்டுள்ளன.

ஜே.வி.பி., 1983 இல் பிரிவினைவாத விடுதலைப் புலிகளுக்கு எதிராக முன்னாள் ஜனாதிபதி ஜே.ஆர். ஜயவர்தனவின் கொழும்பு ஆட்சியால் தூண்டிவிடப்பட்ட தமிழர்-விரோத இனவாதப் போரில் முன்னணி ஊதுகுழலாக மாறியது. யுத்தமானது 2009 மே மாதம் இரத்தக்களரியில் முடிவுக்கு வரும் வரை ஜே.வி.பி.யின் ஆதரவு தொடர்ந்தது. இந்தப் போர், தமிழ் சிறுபான்மையினருக்கு எதிராக மட்டும் நடத்தப்படவில்லை. அது தொழிலாள வர்க்கத்தை பிளவுபடுத்தி, பலவீனப்படுத்தவும் தொழிலாளர்களதும் கிராமப்புற ஏழைகளதும் சமூக மற்றும் வாழ்க்கை நிலைமைகள் மீது ஒரு மோசமான தாக்குதலை கட்டவிழ்த்துவிட்ட "திறந்த சந்தைப் பொருளாதாரக் கொள்கைகளுக்கு" வெகுஜனங்களின் எதிர்ப்பை நசுக்குவதற்கும் பயன்படுத்தப்பட்டது.

யுத்தத்தினால் ஏற்பட்ட நெருக்கடிக்கு மத்தியில், விடுதலைப் புலிகளை நிராயுதபாணியாக்கவும், கிளர்ச்சியாளர்களான தமிழ் மக்களை ஒடுக்கவும், ஜயவர்த்தன ஆட்சியை ஸ்திரப்படுத்தவும் 1987 ஜூலையில் புது டில்லிக்கும் கொழும்பு அரசாங்கங்களுக்கும் இடையில் இந்திய - இலங்கை ஒப்பந்தம் கைச்சாத்திடப்பட்டது. அதன் ஒரு அங்கமாகவே வடக்கு மற்றும் கிழக்கு

மாகாணங்களுக்கு ஒரு குறிப்பிட்டளவு அதிகாரப் பகிர்வு தமிழ் ஆளும் தட்டுக்கு வழங்க முன்மொழியப்பட்டது. ஜே.வி.பி. 1987–1990ல் இந்த ஒப்பந்தம் நாட்டைப் பிளவுபடுத்தி தமிழ் பிரிவினைவாதிகளுக்கு ஈழ நாட்டைப் கொடுக்கப் போகிறது என்ற போர்வையில், இந்திய–விரோத பேரினவாத பிரச்சாரத்தை முன்னெடுத்தது. ஜே.வி.பி "தாய் நாட்டைப் பாதுகாப்போம்' என்ற பதாகையை தூக்கிப் பிடித்தது.

ஜே.வி.பி அதன் பேரினவாத இயக்கத்தில், "தாய்நாட்டைப் பாதுகாக்க வேலை நிறுத்தத்தில் ஈடுபடவும் ஆர்ப்பாட்டங்களை ஒழுங்கமைக்கவும்" துப்பாக்கி முனையில் தொழிலாளர்களுக்கு கட்டளை விடுத்தது. பாசிச தாக்குதல் பிரச்சாரத்திற்கு கீழ்ப்படியாத நூற்றுக்கணக்கான தொழிலாளர்களையும் குறிப்பாக அரசியல் எதிரிகளையும் கொன்றது. இனவெறி இயக்கத்தை எதிர்த்த மற்றும் சோசலிச கொள்கைகளின் அடிப்படையில் சிங்கள, தமிழ் மற்றும் முஸ்லிம் தொழிலாளர்களுக்கும், இந்தியாவின் தொழிலாள வர்க்கத்துக்கும் இடையில் ஐக்கியத்துக்கு அழைப்பு விடுத்த, மூன்று புரட்சிக் கம்யூனிஸ்ட் கழக உறுப்பினர்களும் இந்த கொலைகளுக்கு பலியானவர்களில் அடங்குவர்.

அப்போதைய ஐ.தே.க. ஆட்சியால் கட்டவிழ்த்து விடப்பட்ட கடுமையான அடக்குமுறையின் போது, பாதுகாப்புப் படைகளும் துணை இராணுவப் படைகளும் சுமார் 60,000 கிராமப்புற இளைஞர்களைக் கொன்றதுடன் ஜே.வி.பி.யையும் நசுக்கியது.

தமது கட்சியின் இரத்தக் களரி பயங்கரவாதச் செயல்கள் பொதுமக்களின் வெறுப்புக்குள்ளான நிலையில், தற்போதைய ஜே.வி.பி. தலைவர்கள், தாங்கள் மேற்கொண்ட தாக்குதல் நடவடிக்கைகளை மீண்டும் நடத்தப் போவதில்லை என கூறிய போதிலும், ஒவ்வொரு ஆண்டும், அவற்றை வீரர்களை நினைவு கூருதல் மற்றும் விடுதலைக்காக நடத்திய போராட்டங்களாக சித்தரித்து, நினைவு நிகழ்வுகளை ஏற்பாடு செய்கின்றனர். ஆனால், ஜே.வி.பி. அன்று போல் இன்றும் பேரினவாத அரசியலில் ஊறிப்போன அமைப்பாகும்.

மீதமுள்ள சிதறிய குழுக்களை ஒன்று திரட்டி, கொழும்பு ஆளும் உயரடுக்கின் ஆசீர்வாதத்துடன் 1994ல் கட்சி மீண்டும் அரசியலில் நுழைந்தது. அரசியல் ஸ்தாபனத்தில் ஒருங்கிணைக்கப்பட்ட ஒரு அமைப்பாக, அது முதலாளித்துவ அரசாங்கங்களுக்கு ஆதரவு வழங்குவதையும் பங்காளியாக இருப்பதையும் உடனடியாக தொடங்கியது.

ஜே.வி.பி.யின் இந்த மாற்றம் மிகவும் அர்த்தமுள்ளதாகும். முந்தைய தீவிரவாத புலம்பல்களில் ஈடுபட்டு கொரில்லாப் போராட்டங்களைப் போதித்த

இந்த அமைப்பு, ஆடம்பரமான பாராளுமன்ற ஆசனங்களுக்காக, காட்டு கொரில்லா ஆடைகளையும் டி –56 துப்பாக்கிகளையும் பரிமாறிக்கொண்டது. இது உலகெங்கிலும் உள்ள தீவிரவாத அமைப்புகளில் ஏற்பட்டுள்ள மாற்றத்தின் வெளிப்பாடாகும். இந்த பரந்த மாற்றத்துக்கு வழிவகுத்தது எதுவெனில், இத்தகைய அமைப்புகளின் தேசியவாத நடவடிக்கைகளுக்கு குழிபறித்த உற்பத்தியின் பூகோளமயமாக்கலும், அதன் தாக்கத்தின் கீழ், தீவிரவாத புலம்பல்களில் ஈடுபட்ட அமைப்புகளில் அநேகமானவை சார்ந்திருந்த ஸ்ராலினிச ஆட்சிகளின் சரிவும் ஆகும். அந்த அமைப்புகள் இன்று ஏகாதிபத்திய சக்திகளுடன் இணைந்துள்ளன.

1994 ஜனாதிபதித் தேர்தலில், சந்திரிகா குமாரதுங்க ஆட்சிக்கு வருவதற்கு ஒத்துழைத்து தனது வேட்பாளரை வாபஸ் பெற்ற ஜே.வி.பி. 2004 இல் ஜனாதிபதி குமாரதுங்கவுடன் கூட்டணி அமைத்து, அவரது அரசாங்கத்தில் நான்கு அமைச்சுப் பதவிகளைப் பெற்றது. அதில் திஸாநாயக விவசாய மற்றும் நீர்ப்பாசன அமைச்சராக இருந்தார்.

ஜே.வி.பி., 2005ல், ஜனாதிபதி மஹிந்த இராஜபக்ஷ ஆட்சி, போர் நிறுத்தத்தை ஒருதலைப்பட்சமாக மீறி, பல்லாயிரக்கணக்கான தமிழ் பொதுமக்களைக் கொன்று இரத்தக்களரியில் முடிவுற்ற யுத்தத்துக்கு ஆதரவளித்ததோடு, 2009 மே மாதம் இராணுவம் பெற்ற வெற்றியைப் பாராட்டியது.

2019 ஈஸ்டர் ஞாயிறு தாக்குதலின் போது, முஸ்லிம் அதிதீவிரவாதிகளின் குழுவொன்று சில கிறித்தவ தேவாலயங்களை மற்றும் சொகுசு ஹோட்டல்களைத் தாக்கி நூற்றுக்கணக்கானவர்களைக் கொன்றபோது, ஜே.வி.பி. சிங்கள பௌத்த இனவாதிகளுக்கு முண்டுகொடுத்துக்கொண்டே கொடூர முஸ்லிம்–விரோத பிரச்சாரத்தில் இணைந்துகொண்டது.

பயங்கரவாதத் தாக்குதலுக்கு முழு முஸ்லிம் சமூகமும் பொறுப்பு என்பது போல், திஸாநாயக்கவும் ஏனைய ஜே.வி.பி. பாராளுமன்ற உறுப்பினர்களும் ஈஸ்டர் ஞாயிறு தாக்குதலை கண்டித்து, அனைத்து முஸ்லிம்களும் பயங்கரவாதத் தாக்குதலை கண்டிக்கவேண்டும் எனவும், இராணுவம் முன்னெடுக்கும் விசாரணைகளுக்கு ஒத்துழைக்க வேண்டும் எனவும், பாராளுமன்றத்தில் கோரினர்.

மேலும் ஒரு கரணம் அடித்த ஜே.வி.பி., 2010 ஜனாதிபதித் தேர்தல் பிரச்சாரத்தில், விக்கிரமசிங்க தலைமையிலான ஐ.தே.க. உடன் சேர்ந்து, ‘‘ஜனநாயக தேசியக் கூட்டமைப்பை’’ உருவாக்கி ’போரில் வெற்றி பெற்ற’’

ஜெனரல் சரத் பொன்சேகாவுடன் கூட்டணி வைத்துக்கொண்டது.

2015 ஜனாதிபதித் தேர்தலில் மைத்திரிபால சிறிசேனவை ஜனாதிபதியாகவும் விக்கிரமசிங்கவை பிரதமராகவும் ஆட்சிக்கு கொண்டு வருவதற்கு ஜே.வி.பி. முன்னணியில் செயற்பட்டது. அவர்கள் இந்தியா மற்றும் அமெரிக்காவின் ஆதரவுடன் திரைமறைவில் திட்டமிடப்பட்ட ஆட்சி மாற்ற நடவடிக்கையில் இணைந்துகொண்டனர்.

2015 தே.ம.ச.யை ஒரு முன்னணி அமைப்பாக உருவாக்க முடிவுசெய்த ஜே.வி.பி., அதை அதன் முக்கிய அரசியல் தளமாக மாற்றி கட்சியின் இரத்தம் தோய்ந்த கடந்த கால வரலாற்றை மூடி மறைக்க அதைப் பயன்படுத்தியது. ஒவ்வொரு மாவட்டத்திலும் உள்ள அனைத்து ஜே.வி.பி. அலுவலகங்களும் இப்போது தே.ம.ச. அலுவலகங்களாக மாற்றப்பட்டுள்ளன. எனினும், தே.ம.ச. ஸ்தாபிக்கப்பட்டமை, ஜே.வி.பி.யின் மேலும் வலதுசாரி பரிணாமத்தை காட்டுகிறது.

சர்வதேச மூலதனத்திற்கு சேவை செய்யும் தே.ம.ச./ஜே.வி.பி. யை நிராகரிக்குமாறு சோசலிச சமத்துவக் கட்சி தொழிலாளர்கள் மற்றும் இளைஞர்களுக்கு அழைப்பு விடுக்கினறது. இலங்கையின் ஆழமான பொருளாதார அரசியல் நெருக்கடி, உலக முதலாளித்துவ நெருக்கடியின் ஒரு பகுதியாகும். ஒவ்வொரு நாட்டிலும் உள்ள தொழிலாள வர்க்கம் இந்த நெருக்கடியின் சுமைக்கு எதிராக கிளர்ச்சி செய்து வருகிறது. இந்த எழுச்சி, மிகத் தீவிரமாக வெளிப்பட்ட நாடுகளில் இலங்கையும் ஒன்றாகும். முதலாளித்துவத்தை தூக்கியெறிந்து சர்வதேச சோசலிசத்திற்காகப் போராடுவதற்கு ஒவ்வொரு நாட்டிலும் புரட்சிகர வாய்ப்புகள் உருவாகி வருகின்றன.

ஏனைய பழைய கட்சிகள் பொதுமக்களால் தூற்றப்படும் சூழ்நிலையில், இந்த எழுச்சியை அடக்க முடியும் என்று சர்வதேச மூலதனத்திற்கும் இலங்கையில் உள்ள அதன் வாடிக்கையாளர்களுக்கும் ஜே.வி.பி./தே.ம.ச. உறுதியளிக்கிறது.

தொழிலாள வர்க்கத்தை முதலாளித்துவ வர்க்கத்திடம் இருந்து சுயாதீனமாக அணிதிரட்டுவதற்கான போராட்டத்தில், அதற்கு எதிரான ஜே.வி.பி.யின் வக்கிர அரசியலின் ஒவ்வொரு திருப்பத்தையும் சோசலிச சமத்துவக் கட்சியும் அதன் முன்னோடியான புரட்சிக் கம்யூனிஸ்ட் கழகமும் அம்பலப்படுத்தியதுள்ளன.

தே.ம.ச./ஜே.வி.பி. உட்பட அனைத்து முதலாளித்துவக் கட்சிகளுக்கும் எதிராக, நான்காம் அகிலத்தின் அனைத்துலகக் குழுவின் இலங்கைக் கிளயான சோசலிச சமத்துவக் கட்சி, தொழிலாளர்களுக்கும் இளைஞர்களுக்கும் ட்ரொட்ஸ்கிச வேலைத்திட்டத்தையும் முன்னோக்கையும் முன்வைக்கின்றது. அந்த முன்னோக்கும் வேலைத் திட்டமும், ரஷ்யாவில் 1917 அக்டோபர் புரட்சிக்கு வழிகாட்டிய, லியோன் ட்ரொட்ஸ்கியின் நிரந்தரப் புரட்சிக் கோட்பாட்டை அடிப்படையாகக் கொண்டவை.

முதலாளித்துவக் கட்சிகளில் இருந்தும் அவர்களின் போலி–இடது கையாட்களிடம் இருந்தும் பிரிந்து, ஒரு சுயாதீனமான புரட்சிகர சக்தியாக தொழிலாள வர்க்கம் எழுச்சி பெறுவதற்கு, அனைத்து வேலைத்தளங்களிலும் பிரதான பொருளாதார மையங்களிலும் தொழிலாளர்களின் நடவடிக்கை குழுக்களை அமைக்க அழைப்பு விடுக்கின்றோம். சோசலிச சமத்துவக் கட்சி கிராமப்புற மக்களை தொழிலாள வர்க்கத்தைச் சூழ அணிதிரளுமாறும் முதலாளித்துவத் தாக்குதலை எதிர்த்துப் போராடுவதற்கு அந்தந்த பகுதிகளில் நடவடிக்கைக் குழுக்களை கட்டியெழுப்புமாறும் அழைப்பு விடுக்கின்றது.

சர்வதேச சோசலிசத்திற்கான போராட்டத்தின் ஒரு பகுதியாக, விக்கிரமசிங்க ஆட்சியை தூக்கியெறிந்து, இலாப முறைமையை முடிவுக்குக் கொண்டு வர, தொழிலாளர்களயும் ஏழைகளையும் அணிதிரட்டுவதற்கான ஒரு அதிகார மையமாக தொழிலாளர்களதும் கிராமப்புற ஏழைகளதும் ஜனநாயகத்துக்கும் சோசலிசத்துக்குமான மாநாட்டை கூட்டுவதற்கு சோசலிச சமத்துவக் கட்சி அழைப்பு விடுத்துள்ளது. தொழிலாளர்களதும் விவசாயிகள்தும் நடவடிக்கை குழுக்களில் இருந்து ஜனநாயக ரீதியாக தேர்ந்தெடுக்கப்பட்ட பிரதிநிதிகளின் அடிப்படையில் இந்த மாநாடு கூட்டப்படும். இந்த அதிகார மையத்தை கட்டியெழுப்புவதானது, தொழிலாளர்கள் மற்றும் விவசாயிகளின் அரசாங்கத்தை ஆட்சிக்கு கொண்டு வருவதற்கும், சோசலிச கொள்கைகளை செயல்படுத்துவதற்கும், ஜனநாயக பிரச்சனைகளை தீர்ப்பதற்கும் வாய்ப்பை ஏற்படுத்தும்.

தொழிலாளர்கள் மற்றும் இளைஞர்கள் இந்தப் போராட்டத்தில் பங்குகொண்டு சோசலிச சமத்துவக் கட்சியை அதன் புரட்சிகரக் கட்சியாகக் கட்டியெழுப்புமாறு நாங்கள் அழைப்பு விடுக்கின்றோம்.

இலங்கையின் எதிர்க்கட்சியான ஜே.வி.பி. தலைவரின் இந்திய பயணம்

மக்கள் விடுலை முன்னணி (ஜே.வி.பி.), அதன் பாராளுமன்ற முன்னணியான தேசிய மக்கள் சக்தி (தே.ம.ச.) ஆகியவற்றின் தலைவரான அனுரகுமார திஸாநாயக்க, உத்தியோகபூர்வ ஐந்து நாள் பயணமாக திங்கட்கிழமை இந்தியாவுக்குப் பயணமானார். அவருடன் பாராளுமன்ற உறுப்பினரும் ஜே.வி.பி.யின் பிரச்சார செயலாளருமான விஜித ஹேரத், தே.ம.ச. செயலாளர் கலாநிதி நிஹால் அபேசிங்க, பேராசிரியர் அனில் ஜயந்த ஆகியோரும் சென்றிருந்தனர்.

பிராந்தியம் முழுவதும் மற்றும் சர்வதேச அளவிலும் பிற்போக்கு ஆட்சிகளுடன் உறவுகளை வளர்க்கும் முயற்சியின் ஒரு பகுதியான இந்தப் பயணம், ஏகாதிபத்திய-சார்பு ஜே.வி.பி./தே.ம.ச.யின் மேலும் வலதுசாரி மாற்றத்தைக் குறிக்கிறது.

2024 பெப்ரவரி 5 அன்று அனுரகுமார திஸாநாயக்க டெல்லியில் இந்திய வெளிவிவகார அமைச்சர் எஸ். ஜெய்சங்கருடன் கலந்துரையாடிய போது
[Photo: Facebook/Sunil Handunneththi]

---

9 பெப்ரவரி 2024 அன்று *உலக சோசலிச வலைத் தளத்தில்* வெளியிடப்பட்ட கட்டுரை

ஜனாதிபதித் தேர்தலில் 50 வீதமானவர்கள் அவருக்கு ஆதரவாக வாக்களிப்பார்கள் என்று இலங்கை சுகாதாரக் கொள்கை நிறுவனத்தின் கருத்துக் கணிப்பு வெளிவந்த பின்னணியிலேயே திஸாநாயக்கவை புதுடில்லி அழைத்தது. கருத்துக்கணிப்பின்படி, ஜனாதிபதி ரணில் விக்கிரமசிங்க மற்றும் எதிர்க்கட்சியான ஐக்கிய மக்கள் சக்தியின் தலைவர் சஜித் பிரேமதாச உட்பட ஏனைய சாத்தியமான வேட்பாளர்களை விட திஸாநாயக்க கணிசமான அளவில் முன்னிலையில் உள்ளார். ஜனாதிபதி தேர்தல் செப்டம்பர் இறுதியில் அல்லது அக்டோபர் தொடக்கத்தில் நடைபெற உள்ளது.

இந்தியப் பயணத்தைப் பற்றிக் குறிப்பிடுகையில், ஜே.வி.பி.யானது ‘‘கடும் போக்கு மார்க்சிசப் பாதையில்’’ இருந்து ‘‘நெகிழ்வான மார்க்சிசத்திற்கு’’ மாறிவிட்டதாக ஊடகப் பிரிவுகள் கூறுகின்றன, அல்லது இதே போன்ற கருத்துக்களை வெளியிட்டுள்ளன. ஏனையவை ஜே.வி.பி.யின் இந்திய எதிர்ப்பு பேரினவாதத்தை சுட்டிக் காட்டின. இந்திய வம்சாவளி தோட்டத் தொழிலாளர்களை ‘‘இந்திய விரிவாக்கத்தின் ஐந்தாம் படையின் கருவி’’ என்று முன்னர் ஜே.வி.பி. கண்டனம் செய்து வந்துள்ளது.

ஜே.வி.பி. ஒருபோதும் ஒரு மார்க்சிஸ்ட் கட்சியாக இருக்கவில்லை, மாறாக 1960களில் சிங்கள ஜனரஞ்சகவாதம், மாவோவாதம் மற்றும் காஸ்ட்ரோவாத விவசாய கெரில்லாவாதத்தின் நச்சு கலவையை அடிப்படையாகக் கொண்ட ஒரு தீவிர தேசியவாத இயக்கமாக வெளிப்பட்டது. தீவின் தெற்கில் அதிருப்தியடைந்த சிங்கள இளைஞர்களை ஆட்சேர்ப்பு செய்து முன்னெடுக்கப்பட்ட அதன் ‘‘ஆயுதப் போராட்டங்கள்’’ ஒன்றன் பின் ஒன்றாக இரத்தக்களரி பேரழிவை விளைவித்தன.

பிரிவினைவாத தமிழீழ விடுதலைப் புலிகளை நிராயுதபாணியாக்க தீவின் வடக்குக்கு ‘‘அமைதி காக்கும் படையை’’ அனுப்பிவைக்க கைச்சாத்திடப்பட்ட 1987 இந்திய–இலங்கை ஒப்பந்தத்தைத் தொடர்ந்து 1980களில் ஜே.வி.பி.யின் வலது நோக்கிய நகர்வு துரிதப்படுத்தப்பட்டது.

இந்த உடன்படிக்கையை பேரினவாத அடிப்படையில் கண்டனம் செய்த ஜே.வி.பி., இந்தியா நாட்டைப் பிரிக்கத் திட்டமிடுவதாகக் கூறி அதற்கு எதிராக குண்டர் தாக்குதல்கள் மற்றும் படுகொலை வன்முறைப் பிரச்சாரத்தை முன்னெடுத்தது. வேலையற்ற கிராமப்புற இளைஞர்கள் மத்தியில் சமூக அமைதியின்மைக்கு எதிராக ஒரு கொடூரமான பிரச்சாரத்தை கட்டவிழ்த்து விடுவதன் பேரில் அரசாங்கம் ஜே.வி.பி.யின் வன்முறையை பற்றிக்கொண்டது. இதில் சுமார் 60,000 பேர் கொல்லப்பட்டனர்.

ஜே.வி.பி. தலைமைத்துவம் 1994ல் மீண்டும் ஒன்றுகூடி, ஆளும் வர்க்கத்தின் ஒரு பிரிவினரின் ஆதரவுடன், அதன் வெற்று சோசலிச வாய்ச்சவடால்களை பெருமளவில் கைவிட்டுவிட்டு, புலிகளுக்கு எதிரான கொடூரமான இனவாத யுத்தத்தை ஆதரித்துடன், தொழிலாளர்கள், ஏழைகள் மற்றும் இளைஞர்கள் மத்தியில் அதிகரித்து வரும் எதிர்ப்பைக் கட்டுப்படுத்துவதற்கு உதவுகின்ற ஒரு பாராளுமன்றக் கட்சியாக தன்னை மாற்றிக்கொண்டது.

போருக்கான அதன் ஆதரவு மற்றும் பல்வேறு முதலாளித்துவ அரசாங்கங்களில் அதன் பங்கேற்பு அல்லது அரசியல் ஆதரவளிப்பினால் மதிப்பிழந்து போன ஜே.வி.பி., 2015ல் தே.ம.ச.யை ஒரு பாராளுமன்ற முன்னணியாக ஸ்தாபித்தது. தே.ம.ச. ஆனது கல்வியாளர்கள், தொழில் வல்லுநர்கள், சில கலைஞர்கள், சிறு வணிகர்கள், ஓய்வுபெற்ற இராணுவ அதிகாரிகள் மற்றும் ஜே.வி.பி.யுடன் இணைந்த அமைப்புக்களை உள்ளடக்கிக் கொண்டுள்ளது. ஜே.வி.பி./தே.ம.ச., அமெரிக்கா உட்பட அனைத்து ஏகாதிபத்திய நாடுகளினதும், அதே போல் பெரிய பிராந்திய வல்லரசான இந்தியாவினதும் கொழும்பில் உள்ள இராஜதந்திரிகளுடன் நெருங்கிய உறவுகளை வளர்த்துள்ளது.

பிரதமர் நரேந்திர மோடியின் தீவிர வலதுசாரி பாரதிய ஜனதா கட்சி அரசாங்கம், திஸாநாயக்கவை ஐந்து நாள் சுற்றுப்பயணத்திற்கு அழைக்க முடிவுசெய்தமை, அடுத்த இலங்கை ஜனாதிபதியாக யார் தேர்ந்தெடுக்கப்பட்டாலும், அவர்கள் “இந்தியா முதலில்” என்ற கொள்கையைப் பின்பற்ற வேண்டும் – அதாவது, புது டெல்லியின் புவிசார் மூலோபாய மற்றும் பொருளாதார நலன்களின் பாதையில் நிற்க வேண்டும், என்பதைத் தெளிவுபடுத்துவதற்கே ஆகும்.

சமீபத்தில் நடந்த மாலைத்தீவு தேர்தலில், இந்திய ஆதரவு அதிபரான இப்ராகிம் முகமது சோலி பதவி நீக்கம் செய்யப்பட்டு, சீன சார்பு முகமது முய்சு அதிபராக தேர்ந்தெடுக்கப்பட்டார். இந்தச் சூழலில், இலங்கையின் முன்னெப்போதும் இல்லாத பொருளாதார நெருக்கடியைத் தொடர்ந்து, இலங்கையில் கணிசமான செல்வாக்கை உருவாக்கியுள்ள இந்தியா, தனது உறவுகளைப் பேணுவதற்கும் வலுப்படுத்துவதற்கும் ஆர்வமாக உள்ளது.

திசாநாயக்கவுக்கும் வெளிவிவகார அமைச்சர் எஸ். ஜெய்சங்கர், தேசிய பாதுகாப்பு ஆலோசகர் அஜித் தோவல் மற்றும் வெளியுறவுச் செயலாளர் வினய் மோகன் குவாத்ரா மற்றும் பெருவணிகத்தின் ஒரு பகுதியினர் உட்பட சிரேஷ்ட

அரசாங்கப் பிரமுகர்களுக்கும் இடையே அடுத்தடுத்த சந்திப்புகளை நடத்த மோடி அரசாங்கம் நேரம் ஒதுக்கியது.

திசாநாயக்கவுடனான சந்திப்பிற்குப் பிறகு, தனது டுவிட்டர் பக்கத்தில் பதிவிட்ட ஜெய்சங்கர், "எங்கள் இருதரப்பு உறவுகள் பற்றியும் அது மேலும் ஆழமடைவதன் மூலம் பரஸ்பர நன்மைகள் பற்றியும் நல்ல கலந்துரையாடல் நடத்தப்பட்டது," என குறிப்பிட்டிருந்தார். புதுடெல்லியானது அதன் அயல் நாட்டுக்கு முதலிடம், SAGAR "பாதுகாப்பு, பிராந்தியத்தில் உள்ள அனைவருக்கும் அபிவிருத்திஸ ஆகிய கொள்கைகளுடன், "இலங்கைக்கு நம்பகமான மற்றும் விசுவாசமான பங்காளியாக" தொடர்ந்து இருக்கும் என்று அமைச்சர் வலியுறுத்தினார் என்றும் ஊடகங்கள் செய்தி வெளியிட்டுள்ளன.

திஸாநாயக்க, ஜெய்சங்கருடனும் ஏனைய சிரேஷ்ட இந்திய அதிகாரிகளுடனும் என்ன கலந்துரையாடினார் என்பது பற்றி அதிகம் அறியப்படாத நிலையில், ஜே.வி.பி. தலைவர் டிசம்பர் 9 அன்று ஹிந்துவிற்கு அளித்த பேட்டியில் அறிவித்ததாவது: "எங்கள் நெருங்கிய அயல் நாடான இந்தியா ஒரு பெரிய அரசியல் மற்றும் பொருளாதார மையமாக மாறியுள்ளது என்பதை நாங்கள் அறிவோம். எனவே, நாம் பொருளாதார மற்றும் அரசியல் முடிவுகளை எடுக்கும்போது, அது இந்தியாவை எப்படி பாதிக்கும் என்பதைப் பற்றி எப்போதும் அக்கறை காட்டுவோம்."

வேறு வார்த்தைகளில் கூறுவதானால், அமெரிக்க ஏகாதிபத்தியத்தின் பிரதான பங்காளியான மற்றும் சீனாவிற்கு எதிரான போருக்கான அமெரிக்காவின் இராணுவக் கட்டமைப்பில் தீவிரமாக ஈடுபட்டுள்ள புதுடெல்லியின் பக்கம் நிற்பதற்கான தனது விருப்பத்தை திஸாநாயக்க ஏற்கனவே தெளிவுபடுத்தியிருந்தார். கடந்த ஆண்டு, இலங்கை ஜனாதிபதி விக்கிரமசிங்க மோடி அரசாங்கத்துடன் ஒரு "கூட்டு நோக்க" அறிக்கையில் கையெழுத்திட்டார். இது இந்திய முதலீடுகளை மேம்படுத்துதல், நிதி உதவி வழங்குதல் மற்றும் அவர்களின் நெருங்கிய பாதுகாப்பு உறவுகளை சுட்டிக்காட்டுவதையும் நோக்கமாகக் கொண்டதாகும்.

புதனன்று, இந்திய அதிகாரிகள் திஸாநாயக்க, குஜராத் தலைநகர் அகமதாபாத்திற்குச் சென்று, மாநில முதல்வர் மற்றும் உள்ளூர் பெருவணிகப் பிரமுகர்களைச் சந்திக்கவும், "குஜராத் மாதிரி" பற்றிய விளக்கக்காட்சியைப் பார்க்கவும் ஏற்பாடு செய்தனர்.

ஜே.வி.பி. இணையத்தளமான லங்காறுத், குஜராத் மாதிரியை "சந்தை – தலைமையிலான" பொருளாதார சீர்திருத்த திட்டமாக விவரிக்கும் ஒரு

கட்டுரையை வெளியிட்டது. உண்மையில், குஜராத் மாதிரி என்பது அரசுக்குச் சொந்தமான நிறுவனங்களை வணிக அதிபர்களுக்கு தனியார்மயமாக்குவதன் மூலம், பெருவணிக இலாபத்தை பெருக்கும் ஒரு கொடூரமான அபிவிருத்திக் கொள்கையாகும். இப்போது இந்தியாவின் மிகப் பெரிய பணக்காரரான கௌதம் அதானி, இந்த ‘‘சந்தை – தலைமையிலான’’ மாதிரியால் பயனடைந்தவர்களில் ஒருவர் ஆவார்.

2002ல், மோடி குஜராத் முதல்வராகத் தேர்ந்தெடுக்கப்பட்டு ஓராண்டுக்குப் பிறகு, அவரும் அவரது இந்து அடிப்படைவாத அரசியல்வாதிகளது கும்பலும் மாநிலம் முழுவதும் முஸ்லிம்களுக்கு எதிரான கலவரத்தைத் தூண்டியதில், சுமார் 2,000 முஸ்லிம்கள் படுகொலை செய்யப்பட்டனர். பல்வேறு எதேச்சதிகார சக்திகளைப் பயன்படுத்தி, தொழிலாளர்களின் வேலைநிறுத்தங்களையும் இந்தத் தாக்குதல்களுக்கு எதிரான ஏனைய எதிர்ப்பையும் கொடூரமாக நசுக்கி, மோடி குஜராத் மாதிரியை செயல்படுத்தத் தொடங்கினார். 2014ல் இந்தியப் பிரதமராகத் தேர்ந்தெடுக்கப்பட்டதைத் தொடர்ந்து, மோடி ஈவிரக்கமின்றி நாடு முழுவதும் அதே ‘‘சந்தை தலைமையிலான’’ கொள்கைகளை அமல்படுத்தினார்.

ஜே.வி.பி.யும் அதன் தே.ம.ச. பாராளுமன்ற முன்னணியும், சிங்கப்பூரும் வியட்நாமும் ஏற்றுக்கொண்ட பொருளாதாரக் கொள்கைகளை இலங்கையை ‘‘அபிவிருத்தி’’ செய்வதற்கான மாதிரிகள் என்று முன்னர் பாராட்டியுள்ளன. சாராம்சத்தில், இந்த மாதிரிகள் சகலதும் அனைத்து உழைக்கும் மக்களையும் சுரண்டுவதைத் தீவிரப்படுத்துவதன் மூலம் பெருவணிகத்தின் இலாபங்களைக் கொழுக்க வைப்பதை நோக்கமாகக் கொண்டுள்ளன. அதன் இறுதி வடிவம் எதுவாக இருந்தாலும், திசாநாயக்க இலங்கையில் திணிக்கத் தயாராகும் வேலைத்திட்டத்தின் அடித்தளங்கள் இவைதான்.

அதன் பங்கிற்கு, தே.ம.ச./ஜே.வி.பி., திசாநாயக்கவின் இந்திய விஜயத்தையும் அவரது உயர்மட்ட கலந்துரையாடல்களையும் அவரது கட்சிக்கு கிடைத்துள்ள சர்வதேச அங்கீகாரமாகவும் அதை ஜனாதிபதித் தேர்தலில் வெற்றியை உறுதிப்படுத்தும் சான்றாகவும் செய்திகள் மற்றும் சமூக ஊடக பதிவுகளை வெளியிட்டுள்ளது.

விக்கிரமசிங்க அரசாங்கத்தின் சிக்கன நடவடிக்கைகள், அதனுடன் இணைந்த வறுமை, பசி, ஊட்டச்சத்து குறைபாடு மற்றும் பொது சுகாதாரத்திலும் ஏனைய அத்தியாவசிய சேவைகளிலுமான சரிவு சம்பந்தமாக தொழிலாளர்கள் மற்றும் ஏழைகள் மத்தியில் கோபம் கொதிநிலையில் உள்ளது.

தே.ம.ச./ஜே.வி.பி. இந்த எழுச்சி பெறும் வெகுஜன எதிர்ப்பை ஜனாதிபதித் தேர்தலில் வெற்றி பெற்று தனது சொந்த ஆட்சியை ஸ்தாபிக்க சுரண்டிக்கொள்வதற்காக இழிந்த முறையில் முயற்சிக்கும் அதே வேளை, அது அதே காட்டுமிராண்டித்தனமான கொள்கைகளை விக்கிரமசிங்கவை விட மோசமாக இரக்கமின்றி அமுல்படுத்தும். மற்ற அனைத்து எதிர்க்கட்சிகளைப் போலவே, ஜே.வி.பி.யும் சர்வதேச நாணய நிதியத்தின் கோரிக்கைகளை அமுல்படுத்துவதில் உறுதியாக உள்ளது.

கடந்த மாதம், பீட்டர் புரூயர் தலைமையிலான சர்வதேச நாணய நிதியத்தின் இலங்கைத் தூதுக் குழு அதிகாரிகள், ஜேவிபியின் தலைமை அலுவலகத்திற்குச் சென்று ஜே.வி.பி. தலைவர்களைச் சந்தித்தனர். சர்வதேச நாணய நிதியத்தின் தூதுவர்களோ அல்லது ஜே.வி.பி. தலைவர்களோ தங்களுக்கு இடையிலான கலந்துரையாடல் பற்றி எதையும் வெளிப்படுத்தவில்லை.

ஜனவரி 8 அன்று, தே.ம.ச.யின் முதலாளித்துவ சார்பு பொருளாதார வேலைத்திட்டத்தை முன்வைத்து திஸாநாயக்க *சியத* தொலைக்காட்சியில் தோன்றினார். நிகழ்ச்சியைத் தொடர்ந்து, தே.ம.ச. அரசாங்கம் பணக்காரர்களின் செல்வத்தைக் கைப்பற்றுமா என்று அவரிடம் கேட்கப்பட்டது. கோபத்துடன் கேள்வியை நிராகரித்த திஸாநாயக்க, இலங்கையின் மிகப்பெரிய கூட்டுத்தாபனங்களில் ஒன்றான LOLC குழுமத்தையும் தென்னாபிரிக்காவில் அதன் முதலீட்டைப் பாராட்டினார்.

இந்தியா மற்றும் பங்களாதேஷில் முதலீடு செய்துள்ள இலங்கை நிறுவனங்களைப் பாராட்டிய திஸாநாயக்க, “இந்த தொழில்முனைவோர் எங்களை பெருமைப்படுத்துகிறார்கள்” என்று கூறினார். எதிர்கால தே.ம.ச. அரசாங்கத்தின் பணி, அத்தகைய நிறுவனங்களை ஊக்குவிப்பதும், அவர்களுக்கு நவீன தொழில்நுட்ப அறிவை வழங்குவதும், அவற்றுக்கான சந்தைகளைக் கண்டுபிடிப்பதும் ஆகும், என அவர் தெரிவித்தார்.

இலங்கை மீண்டும் கட்டியெழுப்பப்பட வேண்டும் என்பதுதான் உழைக்கும் மக்களுக்கு திஸாநாயக்க தொடர்ந்து மீண்டும் மீண்டும் கூறிய செய்தி: “சிறிது காலத்திற்கு நாம் நமது வாழ்க்கை முறையை மாற்ற வேண்டும். இந்த நெருக்கடியில் இருந்து வெளிவர வேண்டுமானால், அதைச் செய்ய வேண்டும். வலிமிகுந்த நடவடிக்கைகளை எடுக்க நாங்கள் நிர்ப்பந்திக்கப்படுவோம். இந்த இலாப உந்துதல், “சந்தை தலைமையிலான” திட்ட நிரலுக்கு இணங்க, ஜே.வி.பி. தேவையான சிக்கன நடவடிக்கைகளை சுமத்துவதற்கும் தொழிலாள வர்க்கத்தை ஒழுக்கப்படுத்துவதற்கும் அதன்

தொழிற்சங்கங்களை தயார்படுத்துகிறது.

நவம்பர் தொடக்கத்தில் அகில இலங்கை துறைமுகத் தொழிலாளர் பொதுச் சங்கத்தில் உரையாற்றிய சிரேஷ்ட ஜே.வி.பி. தொழிற்சங்கத் தலைவர் வசந்த சமரசிங்க, ‘‘துறைமுக அமைச்சர் மற்றும் அனைத்து தொழிற்சங்கங்களையும் ஒன்றிணைக்கும் ஒரு நடவடிக்கை முன்னெடுக்கப்படும்... நாட்டிற்கு நல்ல உற்பத்தித் திறனை வளர்க்கும் பொறுப்பு தொழிலாளர்களுக்கு உள்ளது,’’ என அறிவித்தார். எளிமையான மொழியில், தொழிற்சங்கங்கள் உற்பத்தியை அதிகரிக்க அரசுடன் இணைந்து செயல்படுவதோடு இந்தக் கொள்கைகளை எதிர்க்கும் அனைத்து தொழிலாளர்களையும் வேட்டையாடும்.

கடந்த ஆண்டு தொடக்கத்தில் இருந்து ஜே.வி.பி. ஓய்வுபெற்ற இராணுவ அதிகாரிகள் மற்றும் கீழ்மட்ட இராணுவத்தினரை ‘‘முப்படைகளின் கூட்டுக்கு’’ அணிதிரட்டியுள்ளது. இது தமிழர்கள் பெரும்பான்மையாக வாழும் வடக்கு மற்றும் கிழக்கு தவிர்ந்த அனைத்து மாவட்டங்களிலும் மாநாடுகளை நடத்தியது. ஓய்வுபெற்ற மேஜர் ஜெனரலும், கிழக்கு மாகாணத்தின் முன்னாள் தளபதியுமான அருண ஜயசேகர எதிர்கால தே.ம.ச. அரசாங்கத்தில் பாதுகாப்பு அமைச்சராக நியமிக்கப்படுவார் என திஸாநாயக்க அறிவித்துள்ளார்.

2023ஒக்டோபர் 19 அன்று ஜே.வி.பி. தலைமை அலுவலகத்தில் இடம்பெற்ற சந்திப்பின் போது, இடதுபுறத்தில் இருந்து, அமெரிக்க தூதரகத்தின் அரசியல் அதிகாரியான மேத்யூ ஹின்சன், தூதுவர் ஜூலி சங், ஜே.வி.பி. தலைவர் அனுரகுமார திஸாநாயக்க மற்றும் ஜே.வி.பி. பிரச்சார செயலாளர் விஜித ஹேரத்.
[Photo: X/Twitter @anuradisanayake]

ஜே.வி.பி.யின் இவ்வாறான துணை இராணுவப் படையை ஸ்தாபிப்பது இலங்கையின் எந்தவொரு முதலாளித்துவக் கட்சியும் இதற்கு முன்னர் செய்திராத ஒன்று. திஸாநாயக்க, ஜனாதிபதி விக்கிரமசிங்க மற்றும் இலங்கை ஆளும் வர்க்கத்தின் அனைத்துப் பிரிவுகளும் சர்வாதிகார ஆட்சி வடிவங்களுக்குத் தயாராகி வருகின்றனர் என்ற ஒரு கூர்மையான எச்சரிக்கையை தொழிலாள வர்க்கத்திற்கும் ஏழைகளுக்கும் விடுக்கின்றது.

சோசலிச சமத்துவக் கட்சி (சோ.ச.க.) முன்வைத்துள்ள வேலைத்திட்டத்திற்காக தொழிலாளர்கள் மற்றும் இளைஞர்கள் போராடுவதற்கும் அதன் அணிகளில் சேருவதற்குமான அவசரத்தை இந்த அனைத்து முன்னேற்றங்களும் வலியுறுத்துகின்றன.

ஜே.வி.பி. மற்றும் அதன் தே.ம.ச. பாராளுமன்ற முன்னணி உட்பட அனைத்து முதலாளித்துவக் கட்சிகளுக்கும் எதிராக, நான்காம் அகிலத்தின் அனைத்துலகக் குழுவின் இலங்கைப் பிரிவான சோசலிச சமத்துவக் கட்சி, தொழிலாளர்கள் மற்றும் இளைஞர்களுக்கு ஒரு புரட்சிகர மார்க்சிச முன்னோக்கை முன்வைத்துள்ளது. அதன் வேலைத்திட்டம் ரஷ்யாவில் 1917 அக்டோபர் புரட்சிக்கு வழிகாட்டிய லியோன் ட்ரொட்ஸ்கியின் நிரந்தரப் புரட்சிக் கோட்பாட்டை அடிப்படையாகக் கொண்டது.

தொழிலாள வர்க்கத்தை ஒரு புரட்சிகர சக்தியாக அணிதிரட்டவும், முதலாளித்துவ தாக்குதலுக்கு எதிரான ஒருங்கிணைந்த போராட்டத்தில் ஒடுக்கப்பட்ட கிராமப்புற மக்களை தொழிலாளர்கள் பக்கம் வெல்லவும் ஒவ்வொரு வேலைத் தளங்களிலும் மற்றும் பிரதான பொருளாதார மையங்களிலும் தொழிலாளர்களின் சுயாதீன நடவடிக்கைக் குழுக்களைக் கட்டியெழுப்ப அழைப்பு விடுத்துள்ளோம்.

விக்கிரமசிங்க ஆட்சியை வீழ்த்துவதற்காக தொழிலாளர்கள் மற்றும் ஏழைகளை அணிதிரட்டுவதற்கான வழிமுறையாக, ஜனநாயகத்துக்கும் சோசலிசத்துக்குமான தொழிலாளர்களதும் கிராமப்புற வெகுஜனங்களதும் மாநாட்டிற்காக இந்த நடவடிக்கை குழுக்கள் போராட வேண்டும். இது ஒரு தொழிலாளர்கள் மற்றும் விவசாயிகளின் அரசாங்கம் அதிகாரத்திற்கு வருவதற்கும் சோசலிச மற்றும் அனைத்துலகவாத கொள்கைகளை செயல்படுத்துவதற்கும் வழி திறக்கும்.

சிங்களப் பேரினவாத ஜே.வி.பி. தன்னை மாற்றீடு இலங்கை அரசாங்கமாக முன்னிலைப்படுத்துகிறது

இந்தாண்டு ஜனவரி மாத தொடக்கத்தில் *டெய்லி மிரர்* பத்திரிகைக்கு வழங்கிய நேர்காணலில், மக்கள் விடுதலை முன்னணி (ஜே.வி.பி.) தலைவர் அனுரகுமார திஸாநாயக்க, இலங்கையை பேரழிவில் இருந்து காப்பாற்ற "அரசியல் அதிகாரத்தைக் கைப்பற்றுவதற்கான அவசரத் தேவை" இருப்பதாக அறிவித்தார். "நாங்கள் தலைமையை ஏற்க தயாராக இருக்கிறோம்," என்று அவர் அறிவித்தார்.

உண்மையில் பூகோள கோவிட்-19 தொற்றுநோயால் தூண்டப்பட்ட ஆழமான பொருளாதார, சமூக மற்றும் அரசியல் நெருக்கடியில் இலங்கை முதலாளித்துவம் மூழ்கியுள்ளது. பொருளாதார வளர்ச்சி சரிந்துவிட்டது. ஏற்றுமதி, சுற்றுலா மற்றும் புலம்பெயர் தொழிலாளர்களின் பண வருகையும் பிரமாண்டமானளவு குறைந்துள்ளதால் அந்நியச் செலாவணி வறண்டு போய், வெளிநாட்டுக் கடன்களைத் திருப்பிச் செலுத்தத் தவறும் அபாயம் உள்ளது.

பொருளாதாரத்திற்கு முண்டுகொடுக்கும் ஒரு அவநம்பிக்கையான

அனுரகுமார திஸாநாயக்க [Source: Facebook]

24 ஜனவரி 2022 அன்று உலக சோசலிச வலைத் தளத்தில் வெளியிடப்பட்ட கட்டுரை

முயற்சியில், ஜனாதிபதி கோட்டாபய இராஜபக்ஷவின் அரசாங்கம், அத்தியாவசியப் பொருட்கள் உட்பட இறக்குமதியைக் கட்டுப்படுத்துவதன் மூலம் பிரதிபலித்துள்ளதுடன், தொழிலாள வர்க்கத்தின் மீது புதிய சிக்கனச் சுமைகளைத் திணித்துள்ளது.

இது, கடந்த ஆண்டில் அரசு மற்றும் தனியார் துறைகளில் உள்ள பல்லாயிரக்கணக்கான தொழிலாளர்கள் பங்குபற்றி பல வேலைநிறுத்தங்கள் மற்றும் எதிர்ப்புக்களை தூண்டிவிட்டது. கிராமப்புற மாவட்டங்களில், அழிவை எதிர்கொண்டுள்ள விவசாயிகள், உரங்கள் உள்ளிட்ட அடிப்படை விவசாய இறக்குமதிக்கு தடை விதிக்கப்பட்டதற்கு எதிராக பலமுறை ஆர்ப்பாட்டத்தில் ஈடுபட்டு வருகின்றனர்.

வர்க்கப் போராட்டத்தின் வெடிப்பு ஆளும் வர்க்கத்தின் முள்ளந்தண்டில் ஒரு நடுக்கத்தை ஏற்படுத்தியுள்ளது. இலங்கை முதலாளித்துவத்தின் பாரம்பரியக் கட்சிகளான ஐக்கிய தேசியக் கட்சி (ஐ.தே.க.) மற்றும் ஸ்ரீலங்கா சுதந்திரக் கட்சி (ஸ்ரீ.ல.சு.க.) ஆகிய இரண்டும் பிளவுபட்டு, முக்கியத்துவமில்லாத எச்சங்களாக ஆகிவிட்டன.

ஸ்ரீ.ல.சு.க. இல் இருந்து பிரிந்த ஆளும் ஸ்ரீலங்கா பொதுஜன முன்னணியோ அல்லது ஐ.தே.க. இல் இருந்து பிரிந்த ஐக்கிய மக்கள் சக்தியோ (ஐ.ம.ச.) பரவலான வெகுஜன ஆதரவைப் பெறவில்லை. இராஜபக்ஷ நிர்வாகம் இராணுவத்தை பெரிதும் நம்பியுள்ளதுடன், பெருகிவரும் அதிருப்திக்கு அடக்குமுறையைத் தவிர அதனிடம் வேறு பதில் இல்லை.

ஜே.வி.பி. இலங்கை முதலாளித்துவத்தை பேரழிவிலிருந்து காப்பாற்ற தனது சேவைகளை வழங்குவதற்கு மேடையில் ஏறியுள்ளதுடன் அதற்கேற்ப ஊக்குவிக்கப்படுகிறது.

தீவின் தெற்கில் அதிருப்தியடைந்த சிங்கள இளைஞர்களை, மாவோவாதம் மற்றும் கஸ்ரோவாதத்தின் விவசாய கெரில்லாவாதத்தை அடிப்படையாகக் கொண்டு, ஆழமாக சிங்கள பேரினவாதத்துடன் கலந்த கொள்கையுடனேயே, 1960களில் ஜே.வி.பி. ஸ்தாபிக்கப்பட்டது. அதன் “ஆயுதப் போராட்டம” ஒன்றன் பின் ஒன்றாக பேரழிவிற்கு இட்டுச் சென்றது.

ஜே.வி.பி. சோசலிசத்திற்காக போராடுவதாக கூறிக்கொண்டதை நீண்ட காலத்திற்கு முன்பே கைவிட்டுவிட்டது. உலகெங்கிலும் உள்ள இதே போன்ற அமைப்புகளைப் போலவே, ஜே.வி.பி.யும் வசதியான பாராளுமன்ற ஆசனங்களுக்காக துப்பாக்கிகளை ஒப்படைத்து விட்டு, நீண்ட காலத்திற்கு முன்பே அரசியல் ஸ்தாபனத்துடன் தன்னை இணைத்துக் கொண்டது.

டெய்லி மிரர் பத்திரிகையில் ஜே.வி.பி தலைவருடனான உயர்மட்ட நேர்காணல், அரசாங்கத்தின் தவறான நிர்வாகம் மற்றும் ஊழல் பற்றிய ஜே.வி.பி.யின் ''அம்பலப்படுத்தல்கள'' அடங்கிய ஊடக செய்தியாக்கங்களின் பகுதியாகும். நாட்டின் நெருக்கடி பற்றி சமீபத்தில் எழுதிய கட்டுரையாளர் ஒருவர், "அவர்தான் பதிலா? ஏன் இருக்க கூடாது?" என்று திஸாநாயக்கவுக்கு சாதகமாக அறிவித்தார்.

கோவிட் –19 தொற்றுநோயால் உருவாக்கப்பட்ட சமூகப் பேரழிவிற்கு மத்தியில் உழைக்கும் மக்களின் அவல நிலை குறித்து எந்தவித அக்கறையும் முழுமையாக இல்லாததை டெய்லி மிரர் பத்திரிகை திஸாநாயக்கவை பேட்டி கண்டமை குறிப்பிடத்தக்கது. மக்களின் உயிர் வாழ்க்கையை விட இலாபத்துக்கு முன்னுரிமை கொடுப்பதை திஸாநாயக்க ஆதரிப்பதன் காரணமாக முகக்கவசங்கள், பரிசோதனைகள் மற்றும் தொடர்புத் தடமறிதல், பொது முடக்கம் போன்ற அடிப்படை பொது சுகாதார நடவடிக்கைகளுக்கு அவர் அழைப்பு விடுக்கவில்லை அல்லது ''பொருளாதாரத்தை திறந்துவிடும்'' அரசாங்கத்தின் குற்றவியல் கொள்கையை பற்றி விமர்சிக்கவில்லை. 2020 ஏப்ரலில் ஜனாதிபதி இராஜபக்ஷவினால் கூட்டப்பட்ட தொற்றுநோய் தொடர்பான அனைத்துக் கட்சி மாநாட்டில் ஜே.வி.பி. பங்குபற்றியதோடு அரசாங்கத்தின் கொள்கைகளுக்கு தனது ஆதரவை வழங்கியது.

இலங்கையின் பொருளாதாரத்தை நெருக்கடியின் ஆழத்திலிருந்து மீட்பதிலேயே திஸாநாயக்க பிரத்தியேகமாக கவனம் செலுத்தினார். அவர் ஊழல், விரயம் மற்றும் தவறான நிர்வாகத்தை மட்டுமே குற்றம் சாட்டினாரே அன்றி, திவாலான இலாப முறைமையைப் பற்றி அவர் பேசவே இல்லை. அரசாங்கம் மற்றும் எதிர்க்கட்சியின் சுயநல அரசியல்வாதிகளுக்குப் பதிலாக, தொற்றுநோயால் அளவிடமுடியாத அளவிற்கு உக்கிரமடைந்த உலக முதலாளித்துவத்தின் நெருக்கடியில் வேரூன்றியிருக்கும் ஒரு பொருளாதார இக்கட்டு நிலையை புதிய முகங்கள் மீட்டெடுக்கும் என்பது போன்று, திசாநாயக்க துறைசார் வல்லுனர்களின் அரசாங்கத்தை பிரேரிக்கின்றார்.

ஜே.வி.பி. அதனுடன் இணைந்த, கட்சியின் முன்னணி அமைப்புகள், தொழிற்சங்கங்கள், ஆதரவான கல்வியாளர்கள், தொழில் வல்லுநர்கள் மற்றும் முன்னாள் தீவிரவாதிகளின் தொகுப்பான தேசிய மக்கள் சக்தி (தே.ம.ச) என்பதை அமைத்துக்கொண்டுள்ளது. முந்தைய மற்றும் தற்போதைய ஆட்சிகளுடன் ஒப்பிடும்போது, ஜே.வி.பி. மற்றும் தே.ம.ச.வுக்கு "விடையதானங்களோடு அதிக தகுதி வாய்ந்தநபர்களைக் கொண்ட ஒரு அமைச்சரவையை நியமிக்க முடியும்''

என திஸாநாயக்க பெருமிதம் கொண்டார்.

வெற்று நம்பிக்கைகள் மற்றும் வார்த்தை ஜாலங்களின் தொகுப்பைத் தவிர வேறொன்றும் இல்லாத கட்சியின் “தேசியத் திட்டத்தை” திசாநாயக்க முன்வைக்கும்போது, அது ஜே.வி.பி.யின் முன்னோக்கின் வங்குரோத்துக்கு சாட்சியமளிக்கின்றது. உலகப் பொருளாதார நெருக்கடி பற்றி அவர் குறிப்பிடவே இல்லை.

* நாட்டை தவிர்க்கமுடியாத தவணைத் தவறல் நிலையில் இருந்து காப்பாற்ற, ஜே.வி.பி. மூன்று வருட கடன் தீர்ப்பு ஒத்திவைப்பை கோர எதிர்பார்க்கின்றது. சர்வதேச நிறுவனங்கள் மற்றும் வங்கிகளை அது எப்படி அதை ஏற்றுக்கொள்ள வைக்கப் போகிறது என்பது விளக்கப்படவில்லை.

* சிக்கனக்கோரிக்கைகளைத் திணிப்பதில் பேர்போன சர்வதேச நாணய நிதியத்திடம் இருந்து பிணை எடுப்பதற்கு ஜே.வி.பி. எதிரானது அல்ல என்று திஸாநாயக்க அறிவித்தார். கடனுக்கான நிபந்தனைகளின் பட்டியலை தயாரிப்பது சர்வதேச நாணய நிதியம் அன்றி, திவாலின் விளிம்பில் தத்தளிக்கும் இலங்கையே அதை தயாரிப்பதாக எண்ணிக்கொண்டு, அத்தகைய அணுகுமுறை “எச்சரிக்கையுடன்” மேற்கொள்ளப்பட வேண்டும் என்று திஸ ாநாயக்க நினைக்கின்றார் போலும்.

* வெளிநாடுகளில் பணிபுரியும் இலங்கையர்களின் பணப்பரிவர்த்தனையில் திடீர் சரிவை சுட்டிக் காட்டிய பின்னர், ஜே.வி.பி. புலம்பெயர் தொழிலாளர்கள் பணத்தை அனுப்ப ஊக்குவிப்புகளை வழங்கும் என்று திஸாநாயக்க அறிவித்தார். புலம்பெயர் தொழிலாளர்கள் பணம் அனுப்புவதற்குத் தயங்குவதற்கான பிரதான காரணமாக உள்ள, ரூபாயின் கட்டுப்பாடற்ற சரிவை ஜே.வி.பி. எவ்வாறு தடுக்கும் என்பதை அவர் விளக்கவில்லை.

* ஜே.வி.பி. அதன் வர்க்க நோக்குநிலையை வெளிப்படுத்தும் வகையில், உலகெங்கிலும் உள்ள பணக்கார இலங்கையர்களை உள்நாட்டில் முதலீடு செய்யுமாறு அழைப்பு விடுக்கப் போகிறது. அவர்கள் எதில் முதலீடு செய்யப் போகிறார்கள் என்பதைப் பொறுத்த வரையில், இதற்கு முன்பு யாரும் இந்த விருப்பங்களை முயற்சிக்கவில்லை என்பது போல், இலங்கையின் பாரம்பரிய பயிர்களும் மென்பொருள் துறையும் இலாபகரமான வாய்ப்புகள் என்ற பிரகாசமான யோசனையை ஜே.வி.பி. முன்வைத்துள்ளது.

உண்மையில், இந்த ஆடம்பரமான தேசியத் திட்டம், ஜே.வி.பி. இலங்கை முதலாளித்துவத்தை ஆதரிக்கும் என்றும் அதன் நலன்களுக்காக எப்போதும் செயல்படும் என்றும் பெருவணிகத்திற்கு வழங்கும் உறுதிமொழியைத்

தவிர வேறில்லை. தொழிலாள வர்க்கத்தின் வளர்ந்து வரும் இயக்கத்தை திசைதிருப்ப, பிளவுபடுத்த மற்றும் தடம்புறளச் செய்ய ஒரு கருவியாகப் அதைப் பயன்படுத்த முடியுமான என்பதே, ஜே.வி.பி. சம்பந்தமாக ஆளும் வர்க்கத்திற்கு காணப்படும் உண்மையான ஆர்வம் ஆகும்.

அந்த நேர்காணலுக்கான *டெய்லி மிரரின்* அறிமுகம், ஜே.வி.பி "சமூகத்தின் அனைத்துப் பிரிவினர் மத்தியிலும் அதன் ஜனரஞ்சகத்தில் ஈர்க்கக் கூடிய முன்னேற்றத்தைக் காட்டியுள்ளது" என்று குறிப்பிட்டுள்ளது. உண்மையில், கடந்த மூன்று தசாப்தங்களாக இலங்கை முதலாளித்துவ பாரம்பரியக் கட்சிகளுடன் அது கொண்ட இழிவான சூழ்ச்சிகள் மற்றும் கூட்டணிகளின் விளைவாக ஜே.வி.பி.யின் ஆதரவு சரிந்துள்ளது.

2004 இல், அது 39 பாராளுமன்ற ஆசனங்களைக் கொண்டிருந்ததோடு ஜனாதிபதி சந்திரிகா குமாரதுங்க தலைமையிலான கூட்டணி அரசாங்கத்தில் இணைந்தது. அதில் அதன் நான்கு அமைச்சர்கள் சந்தை சார்பு திட்ட நிரலைத் திணிப்பதற்குப் பொறுப்பாக இருந்தனர். ஜே.வி.பி. கடந்த தேர்தலில் தேசிய மக்கள் சக்தி என்ற குடையின் கீழ் போட்டியிட்டு மூன்று ஆசனங்களை மட்டுமே பெற்றிருந்தது. இரண்டு ஜே.வி.பி. உறுப்பினர்கள் மட்டுமே வென்றனர்.

ஜே.வி.பி.க்கு தற்போது மூன்று எம்.பி.க்களை கொண்டுள்ள நிலையில், "ஊழல்" மிக்க பாரம்பரிய கட்சிகளுடனான கூட்டணியை நிராகரிக்கும் அதேவேளை தற்போதைய அரசாங்கத்திற்கு இன்னும் மூன்று வருட கால அவகாசம் உள்ள நிலையில், ஜே.வி.பி. எவ்வாறு அரசாங்கத்தை அமைக்க முன்மொழிகிறது என்று கேட்ட போது, திஸாநாயக்க வேறு வழிகளில் ஆட்சிக்கு வரும் எனக் கூறினார் .

"அரசாங்கத்தை மாற்றுவது தொடர்பாக எங்களின் முதல் விருப்பம் தேர்தல்தான். ஆனால் இந்த ஊழல் மற்றும் பேரழிவு ஆட்சிகளை மக்கள் தெருவில் இறங்கி எப்படி கவிழ்த்துள்ளனர் என்பதை உலகில் நாம் பார்த்திருக்கிறோம். அதுவும் ஜனநாயகம்தான். அது எங்கள் திட்டம் இல்லையென்றாலும் அதற்கு நாங்கள் தயாராக இருக்கிறோம்... எனவே இன்னும் மூன்று வருடங்கள் செல்ல வேண்டிய அவசியம் இல்லை," என அவர் தெரிவித்தார்.

அவ்வாறானதொரு நிலைமை ஏற்பட்டால் ஜே.வி.பி. தலையீடு செய்யுமா என்று கேட்கப்பட்டதற்கு: "ஆம். நாடு ஒரு தோல்வியுற்ற நாடாக மாறும் அபாயம் ஏற்பட்டால், சமூக நிறுவனங்களில் சீர்குலைவு ஏற்பட்டால், ஒரு அரசியல் இயக்கம் என்ற வகையில் அதைச் செய்ய வேண்டிய பொறுப்பு நமக்கு

உள்ளது,'' என திஸாநாயக்க அறிவித்தார்

தொழிலாளர்களினதும் ஏழைகளினதும் பெருகிவரும் வெகுஜன இயக்கத்தின் மத்தியில், ஜே.வி.பி. இலங்கை ஆளும் வர்க்கத்திற்கு முதலாளித்துவ ஆட்சிக்கு எந்த சவாலையும் செய்யவில்லை என்பதைக் காட்டுவதற்காக அதன் சேவைகளை வழங்கி வருகிறது. ஜே.வி.பி. இன்றுவரை செய்துள்ள அனைத்தும், முதலாளித்துவத்தை தூக்கியெறிவதற்கு அல்ல, மாறாக அதை காப்பாற்றுவதில் உறுதியாக உள்ளது என்பதையே எடுத்துக் காட்டுகிறது.

கடந்த சில மாதங்களில், இந்த கட்சி ஆசிரியர்கள், சுகாதார ஊழியர்கள், மின்சாரம், துறைமுகங்கள் மற்றும் சுதந்திர வர்த்தக வலயங்களில் உள்ள அதன் தொழிற்சங்கங்கள் மூலம், ஊதிய அதிகரிப்பு, மற்றும் வாழ்க்கை நிலைமைகள் அபிவிருத்திக்காக தொழிலாளர்கள் முன்னெடுத்த தொடர்ச்சியான போராட்டங்களை மட்டுப்படுத்தவும், சலுகைகளை வழங்குமாறு பெரிய வணிகங்களுக்கு அழுத்தம் கொடுக்கலாம் என்ற மாயையை விதைக்கவும் வேலை செய்தது.

கடந்த ஆண்டு நவம்பர் 24 அன்று, ஜே.வி.பி. தலைவரும் பாராளுமன்ற உறுப்பினருமான விஜித ஹேரத், பெருவணிக தலைவர்களால் ஏற்பாடு செய்யப்பட்ட சூம் கூட்டத்தில், ''பாரிய பொருளாதார நெருக்கடியை சமாளிக்க, ஜனாதிபதி கோட்டாபய இராஜபக்ஷவின் அரசாங்கத்திற்கு தற்காலிகமாக உதவுவதற்கு தனது கட்சி தயாராக உள்ளது'' என்று கூறினார்.

அரசாங்கம் தயாராக இருந்தால், ஜே.வி.பி ''அத்தியாவசியமான நிதி ஒழுக்கம் மற்றும் முகாமைத்துவம் குறித்து ஒருமித்த கருத்துக்கு வரும்'' என்று ஹேரத் உறுதியளித்தார். இத்தகைய ''நிதி ஒழுக்கம'' தவிர்க்க முடியாமல் உழைக்கும் மக்கள் மீது புதிய சிக்கன நடவடிக்கைகள் மற்றும் புதிய சுமைகளைத் திணிப்பதைக் குறிக்கும். இராஜபக்ஷ ஆட்சி இந்த வாய்ப்பை ஏற்கவில்லை என்றாலும், ஹேரத்தின் கருத்துக்கள், பெருவணிகத்திற்கான அதன் ஆதரவையும், வாழ்வாதாரத்தை விட இலாபத்துக்கு முன்னுரிமை கொடுப்பதையும் தெளிவாக எடுத்துக் காட்டுகிறது.

தனது *டெய்லி மிரர்* நேர்காணலில், அவர் தேசத்தின் நாயகனாக காட்டிக் கொள்ள முற்பட்ட நிலையில், அது ஒரு புதிய அத்தியாயத்துக்கு மாறி, தமிழர்களுக்கும் முஸ்லிம்களுக்கும் சம உரிமையை நிலைநாட்டுவதாகக் கூறிய ஜே.வி.பி. தலைவர் திஸாநாயக்க, கட்சியின் பிற்போக்கு சிங்களப் பேரினவாத அரசியலை நிராகரிக்க முற்பட்டார்.

ஜே.வி.பி. எப்போதும் சிங்கள மேலாதிக்கத்தின் ஈவிரக்கமற்ற ஆதரவாளராக இருந்ததுடன், 1983 இன் தொடக்கத்தில் இருந்தே, தமிழர் விரோதப் படுகொலையைத் தொடர்ந்து, பிரிவினைவாத தமிழீழ விடுதலைப் புலிகளுக்கு எதிரான இனவாதப் போரை ஆதரித்தது.

2005 இல், ஒருதலைப்பட்சமாக போர் நிறுத்தத்தை முறித்து, பிற்போக்கு இனவாத யுத்தத்தை மீண்டும் ஆரம்பித்த ஜனாதிபதி மஹிந்த இராஜபக்ஷ ஆட்சியை ஜே.வி.பி. ஆதரித்தது. 2009 மே மாதம் பல்லாயிரக்கணக்கான பொதுமக்கள் கொல்லப்பட்டு சரணடைந்த விடுதலைப் புலிகளின் தலைவர்களும் படுகொலை செய்யப்பட்டபோது, போரின் இரத்தம் தோய்ந்த முடிவுக்கு, இராணுவத்திற்கு உற்சாகமூட்டும் தலைவர்களாகவும், போர்க்குற்றங்களுக்கு மன்னிப்பு கோருபவர்களாகவும் ஜே.வி.பி. செயல்பட்டது.

“சாதாரண தமிழ் பொதுமக்கள் எதிர்கொள்ளும் சிரமங்களைப் பற்றி இன்னும் தீவிரமாகச் கட்சி சிந்தித்திருக்க வேண்டும், நாங்கள் எங்கள் பொறுப்புகளில் தவறிவிட்டோம், அதைப் பற்றிய சுய பகுப்பாய்வு எங்களுக்கு உள்ளது,” என்ற திஸாநாயக்கவின் சுயநலப் பிரகடனத்தை யாரும் நம்பிவிடக் கூடாது. எந்த சிரமங்கள் பற்றி குறிப்பிடுகின்றார்? ஜே.வி.பி. என்ன பொறுப்புகளை நிறைவேற்றத் தவறியது? அது செய்த சுயபகுப்பாய்வு என்ன?

திசாநாயக்கவின் சுயவிமர்சன பிரகடனம் எதையும் விளக்காததோடு முற்றிலும் அர்த்தமற்றது. சாதாரண தமிழ் மற்றும் முஸ்லிம்களின் ஜனநாயக உரிமைகளுக்காக போராடும் எண்ணம் ஜே.வி.பி.க்கு இல்லை. இது தமிழ் மற்றும் முஸ்லீம் உயரடுக்கின் மதிப்பிழந்த கட்சிகளான தமிழ் தேசியக் கூட்டமைப்பு மற்றும் ஸ்ரீலங்கா முஸ்லிம் காங்கிரஸூக்கு இலக்கு வைக்கப்பட்டதாகும் –அதாவது ஜே.வி.பி. அவற்றுடன் சேர்ந்து செயற்பட தயாராக இருப்பதாக திஸாநாயக்க அறிவிக்கிறார்.

சிறுத்தை அதன் புள்ளிகளை மாற்றிக்கொள்ளவில்லை. 21 ஏப்ரல் 2019 அன்று தேவாலயங்கள் மற்றும் சொகுசு ஹோட்டல்கள் மீது இஸ்லாமிய பயங்கரவாதிகள் நடத்திய பயங்கரவாதத் தாக்குதலைத் தொடர்ந்து, சிங்கள பௌத்த இனவாதிகள் வசைபாடிய இழிந்த முஸ்லிம்–விரோத பேரினவாதத்தின் கூச்சலில் ஜே.வி.பி.யும் இணைந்துகொண்டது. ஜே.வி.பி.யும் திஸாநாயக்க மற்றும் ஏனைய ஜே.வி.பி. பாராளுமன்ற உறுப்பினர்களும், பாராளுமன்றத்தில் அனைத்து முஸ்லீம் மக்களும் பொறுப்பாளிகள் போல, அனைத்து முஸ்லிம்களும் தாக்குதலை கண்டிப்பதுடன் இராணுவம் தலைமையிலான தேடுதல் வேட்டைக்கு உதவ வேண்டும் எனக் கோரினர்.

இறுதி எச்சரிக்கை ஒன்று விடுக்கப்பட வேண்டும். ஜே.வி.பி. தொழிலாள வர்க்கத்தின் மீதான கொலைகார சரீரத் தாக்குதல்களை நடத்துவதில் கடந்த காலத்தில் பேர் போனது. ஆளும் வர்க்கம் ஜே.வி.பி. மீது கொண்டிருக்கும் எதிர்பார்ப்பின் பிரதான ஈர்ப்பு இதுவே ஆகும். 1987 இந்திய–இலங்கை ஒப்பந்தத்தின் மூலம் அரசங்கம் நாட்டை பிளவுபடுத்திவிட்டதாக குற்றம் சாட்டி, அதை ஜே.வி.பி. கசப்புடன் எதிர்த்தது. புலிகளை நிராயுதபாணியாக்க வடக்கு மற்றும் கிழக்கில் இந்திய அமைதி காக்கும் படையினரை இறக்குவதற்கு அந்த ஒப்பந்தம் வழியமைத்தது.

ஜே.வி.பி. ஒரு இழிந்த சிங்கள இனவாத பிரச்சாரத்தை தூண்டிவிட்டது. அதில் தொழிலாளர்களை வேலைநிறுத்தங்கள் மற்றும் போராட்டங்களில் பங்கேற்குமாறு துப்பாக்கி முனையில் கட்டளையிட்டது. தொழிலாளர்கள், மற்றும் தொழிற்சங்க அதிகாரிகள் உட்பட "தேசத்தைக் காப்பாற்றுவதற்கான" ஜே.வி.பி.யின் பிரச்சாரத்தின் அரசியல் எதிரியாக கருதப்பட்ட எவரையும் அதன் ஆயுததாரிகள் சுட்டுக் கொன்றனர்.

ஒப்பந்தத்தை எதிர்த்த சோசலிச சமத்துவக் கட்சியின் முன்னோடியான புரட்சிக் கம்யூனிஸ்ட் கழகத்தின் மூன்று உறுப்பினர்களையும் ஜே.வி.பி. படுகொலை செய்தது. புரட்சிக் கம்யூனிஸ்ட் கழகம் அந்த உடன்படிக்கையை எதிர்த்தது, ஜே.வி.பி.யின் "தேசத்தைக் காப்பாற்றுதல்" என்ற நிலைப்பாட்டில் இருந்து அல்ல, மாறாக முதலாளித்துவத்தின் வடிவமைப்புகளுக்கு எதிராக தமிழ், சிங்களம் மற்றும் முஸ்லீம் தொழிலாள வர்க்கத்தை ஐக்கியப்படுத்துவதற்கே ஆகும்.

கோவிட்–19 தொற்றுநோயால் உருவாக்கப்பட்ட ஆழமடைந்துவரும் நெருக்கடியை எதிர்கொள்ள இலங்கையிலும் சர்வதேச அளவிலும் தொழிலாள வர்க்கத்தை ஒன்றிணைக்கும் புரட்சிகரப் பணியானது அத்தியாவசியமானதும் அவசரமானதுமாகியுள்ளது. மிக அடிப்படையான ஜனநாயக மற்றும் சமூக உரிமைகளைப் பாதுகாக்க, தொழிலாள வர்க்கம் ஒரு சோசலிச மாற்றுக்கான போராட்டத்தை கையிலெடுத்து, தொழிலாளர்கள் மற்றும் விவசாயிகளின் அரசாங்கத்தை ஸ்தாபிக்க கிராமப்புற மற்றும் நகர்ப்புற ஏழைகளை தம் பக்கம் ஈர்த்துக்கொள்ள வேண்டும். ஜே.வி.பி. உட்பட முதலாளித்துவ வர்க்கத்தின் அனைத்து அரசியல் கருவிகளுக்கும் எதிராக சோசலிச சமத்துவக் கட்சி இன்று போராடும் முன்னோக்கு இதுவே ஆகும்.

இலங்கை தேர்தல்: பொன்சேகாவுக்கு ஆதரவாக இழிந்த கூட்டணியில் ஜே.வி.பி

இலங்கையில் 2010 ஜனாதிபதி தேர்தல் பிரச்சாரம் மக்கள் விடுதலை முன்னணியை (ஜே.வி.பி.) அப்பட்டமாக அம்பலத்துகிறது. உழைக்கும் மக்களைப் பாதுகாப்பது பற்றியும் எப்போதாவது "சோசலிசம்" பற்றியும் பேசும் இந்த சிங்கள ஜனரஞ்சகவாதக் கட்சி, முன்னாள் இராணுவத் தளபதி ஜெனரல் சரத் பொன்சேகாவை ஆதரிப்பதில் வலதுசாரி ஐக்கிய தேசியக் கட்சி (ஐ.தே.க.) உடன் இணைந்துள்ளது.

தற்போதைய ஜனாதிபதி மஹிந்த இராஜபக்ஷவுக்கு எதிராக இரண்டு எதிர்க்கட்சிகளின் "பொது வேட்பாளராக" பொன்சேகா நிற்கிறார். 2009 மே மாதம் பிரிவினைவாத தமிழீழ விடுதலைப் புலிகளின் தோல்வியுடன் முடிவுக்கு வந்த, புலிகளுக்கு எதிரான மூன்று வருட அழிவுகரமான இனவாத யுத்தத்திற்கு, ஜனாதிபதியாக இராஜபக்ஷவும் நாட்டின் உயர்மட்ட ஜெனரலாக பொன்சேகாவும் பொறுப்பாளிகள் ஆவர்.

ஜே.வி.பி. மற்றும் ஐ.தே.க. இரண்டும் இராஜபக்ஷவின் போலியான "பயங்கரவாதத்தின் மீதான போரை" ஆதரித்ததுடன் வாழ்க்கைத் தரம் மற்றும் வேலைகள் மீதான அவரது கொடூரமான தாக்குதல்களை எதிர்க்கவில்லை. கடந்த ஆண்டு நடைபெற்ற மாகாண சபைத் தேர்தலில், இரண்டு கட்சிகளும் அரசாங்கத்திற்கு மாற்று எதையும் முன்வைக்காததோடு மோசமாக தோல்வியடைந்தன. விடுதலைப் புலிகளை தோற்கடித்தமை என்ற ஒரு விடயத்தை வைத்துக்கொண்டு பிரச்சாரத்தை மட்டுப்படுத்த முயலும் இராஜபக்ஷவை எதிர்ப்பதற்கான வழிமுறையாக, அவர்கள் "வெற்றிபெற்ற ஜெனரலுக்கு" ஆதரவளிக்கின்றனர்.

இராஜபக்ஷவின் ஆட்சிக்கு ஜே.வி.பி. நேரடிப் பொறுப்பை ஏற்கிறது. 2005ல், அது ஐ.தே.க. வேட்பாளர் ரணில் விக்கிரமசிங்கவுக்கு எதிராக இராஜபக்ஷவுக்காக தீவிரமாக பிரச்சாரம் செய்தது. இராஜபக்ஷவின்

---

5 ஜனவரி 2010 அன்று *உலக சோசலிச வலைத் தளத்தில்* வெளியிடப்பட்ட கட்டுரை

வேலைத்திட்டமான "மஹிந்தவின் தொலைநோக்கு" பெரும்பாலும் ஜே.வி.பி.யால் வரையப்பட்டது. அது புலிகளுடனான அப்போதைய ஐ.தே.க. அரசாங்கத்தின் சமாதானப் பேச்சுக்களுக்கு விரோதமாக இருந்ததுடன் 2002 போர்நிறுத்தத்தை மீள வரையுமாறு அழைப்பு விடுத்தது. அந்த நேரத்தில் சோசலிச சமத்துவக் கட்சியின் வேட்பாளர் விஜே டயஸ் எச்சரித்தபடி, அது ஒரு போர் வேலைத்திட்டம் ஆகும்.

இராஜபக்ஷ குறுகிய வெற்றி பெற்ற பின்னர், ஜே.வி.பி. எதிர்க்கட்சியாக இருந்த போதிலும், முக்கிய வாக்கெடுப்புகளில் அரசாங்கத்திற்கு ஆதரவளிக்க ஒப்புக்கொண்டது. 2006 ஜூலையில் இராஜபக்ஷ உள்நாட்டுப் போரை மீண்டும் தொடங்கிய பின்னர், ஜே.வி.பி., அத்தியாவசிய சேவைகள் மற்றும் மானியங்களுக்கான பொதுச் செலவினங்களில் ஆழமான வெட்டுக்களுக்கு வழிவகுத்த, அவரது பெரும் இராணுவ வரவு செலவுத் திட்டங்களுக்கு ஆதரவாக வாக்களித்தது. அதன் தொழிற்சங்கங்கள் மூலம், போர் முயற்சியை அச்சுறுத்தும் எந்தவொரு தொழில்துறை போராட்ட நடவடிக்கையையும் நசுக்க ஜே.வி.பி. உதவியது. போருக்கும் மோசமான பொருளாதார மற்றும் சமூக நெருக்கடிக்குக்கும் வெகுஜன எதிர்ப்பு வளர்ந்ததால், ஜே.வி.பி. 2008ல் பிளவுபட்டதுடன், அதன் பல பாராளுமன்ற உறுப்பினர்கள் தேசிய சுதந்திர முன்னணியை உருவாக்கி, வெளிப்படையாக அரசாங்கத்தில் இணைந்தனர்.

ஜே.வி.பி.யின் சீர்குலைவு இந்த ஆண்டு நடந்த மாகாண சபைத் தேர்தல்களில் தெளிவாகத் தெரிந்தது. அதன் ஆசன எண்ணிக்கை மத்திய மாகாணத்தில் 12 இலிருந்து பூஜ்ஜியமாகவும், வடமேல் மாகாணத்தில் 6 இலிருந்து 1 ஆகவும், மேல் மாகாணத்தில் 23 லிருந்து 3 ஆகவும், தென் மாகாணத்தில் 14 இலிருந்து 3 ஆகவும் சரிந்தது. 1960களில் வறிய சிங்கள கிராமப்புற இளைஞர்களின் கெரில்லா இயக்கமாக ஸ்தாபிக்கப்பட்டதில் இருந்து, தென்பகுதி ஜே.வி.பி. ஆதரவு தளமாக இருந்ததால், தெற்கில் ஏற்பட்ட இழப்பு விசேடமாக குறிப்பிடத்தக்கது.

தற்போதைய தேர்தலில், ஜே.வி.பி. ஜனநாயகத்தின் பாதுகாவலராக காட்டிக் கொள்வதுடன், இராஜபக்ஷ ஆட்சியை "குடும்ப குட்டித்தனம் மற்றும் சர்வாதிகாரம்" என்று சாடுகிறது. கடந்த மாதம் சண்டே டைம்ஸ் பத்திரிகைக்கு வழங்கிய நேர்காணலில், ஜே.வி.பி. தலைவர் சோமவன்ச அமரசிங்க, "இலங்கையில் சர்வாதிகார நிறைவேற்று ஜனாதிபதி முறையை ஒழிப்பதற்கு அவர் (ஜெனரல் பொன்சேகா) இணங்கியுள்ளார். இரண்டாவதாக, ஜனநாயகத்தை மீட்டெடுத்து பலப்படுத்தவும், நல்லாட்சியை கொண்டு வரவும்

அவர் ஒப்புக்கொண்டுள்ளார்,'' எனத் தெரிவித்தார்.

இந்த பிரச்சாரத்திற்கு இராணுவச் சுவையை அளித்த ஜே.வி.பி., போரில் வெற்றி பெற்ற பின்னர், தீவில் ஜனநாயகத்தை கொண்டு வருவதற்கான "இரண்டாவது நடவடிக்கையில்'' பொன்சேகா ஈடுபட்டுள்ளார் என்று அறிவிக்கிறது.

ஜே.வி.பி.யும் பொன்சேகாவும் "ஜனநாயகவாதிகளாக'' காட்டிக்கொள்வது அபத்தமானது. இராஜபக்ஷவுடன் சேர்ந்து, பொன்சேகா போரையும் அதனுடன் தொடர்புடைய –பொதுமக்களை இராணுவம் படுகொலை செய்தமை, புலிகளின் தோல்விக்குப் பின்னர் இலட்சக் கணக்கான தமிழ் பொதுமக்களை சட்டவிரோதமாக சிறை முகாம்களில் அடைத்தமை போன்ற அனைத்து குற்றங்களையும்– முன்னெடுத்தார். ஜே.வி.பி. இப்போது சர்வாதிகார முறைகளை பின்பற்றுவதற்காக இராஜபக்ஷவையும் அவரது கும்பலையும் கண்டிக்கின்ற போதிலும், அது பாதுகாப்புப் படைகளின் உடந்தையுடன் செயல்படும் கொலைப் படைகளால் அரசியல்வாதிகள் மற்றும் ஊடகவியலாளர்கள் உட்பட நூற்றுக்கணக்கான மக்கள் கொல்லப்பட்டதையும் காணாமல் ஆக்கப்பட்டதையும் பகிரங்கமாக பாதுகாத்தது.

பலம் வாய்ந்த நிறைவேற்று அதிகாரம் கொண்ட ஜனாதிபதி முறைமையை பொன்சேகா முடிவுக்கு கொண்டு வருவார் என்ற ஜே.வி.பி.யின் கூற்றுக்கள் ஒரு மோசடியாகும். ஜனாதிபதி வேட்பாளர்கள், எதிர்க்கட்சியாக இருக்கும் போது, நிறைவேற்று அதிகாரம் கொண்ட ஜனாதிபதி முறைமையை ஒழிப்பதற்கு அறைகூவல் விடுப்பதும், வெற்றி பெற்ற உடன் அதை முழுமையாகப் பயன்படுத்திக்கொள்வதும் வாடிக்கையாகும். விதிவிலக்காக இல்லாமல், இராணுவத்தைத் தவிர, குறிப்பிடத்தக்க சொந்த ஆதரவு தளம் ஏதும் இல்லாத பொன்சேகா, தனது முன்னோடிகளை விட பரந்துபட்ட ஜனாதிபதி அதிகாரங்களை இன்னும் அதிகமாக நம்பியிருப்பார்.

ஜனவரி 26 வாக்கெடுப்பில் இராஜபக்ஷவோ அல்லது பொன்சேகாவோ வெற்றி பெற்றாலும், அடுத்த அரசாங்கம் பொதுச் செலவுகள் மற்றும் உழைக்கும் மக்களின் வாழ்க்கைத் தரத்தின் மீது பாரிய தாக்குதலைத் தொடுக்கும். இராஜபக்ஷ, சர்வதேச நாணய நிதியத்தால் கோரப்படும் சிக்கன நடவடிக்கைகள் விரைவாக பரவலான விரோதத்தை உருவாக்கும் என்பதை முழுமையாக அறிந்திருந்த நிலையில், இரண்டு வருடங்களுக்கு முன்னதாகவே தேர்தலுக்கு அழைப்பு விடுத்தார். இந்த "இரண்டாவது நடவடிக்கையை'' முன்னெடுப்பதில், எந்தவொரு எதிர்ப்பையும் நசுக்குவதற்கு 26 வருடகால

யுத்தத்தில் கட்டமைக்கப்பட்ட பொலிஸ் – அரச நடவடிக்கைகளை பயன்படுத்துவதில் இராஜபக்ஷவைப் போலவே பொன்சேகாவும் இரக்கமற்றவராக இருப்பார்.

அதிக ஜனநாயகம் மற்றும் வாழ்க்கைத் தர மேம்பட்டை ஏற்படுத்துவதாக வாக்காளர்களுக்கு உறுதியளிக்கும் அதே வேளை, ‘‘சட்டம் ஒழுங்கை’’ அமல்படுத்தும், ஊழலை ஒடுக்கும் மற்றும் ‘‘ஒழுக்கமுள்ள சமுதாயத்தை’’ நிறுவும் ஒரு பொனபார்ட்டிச நபராக பொன்சேகா தன்னை ஆளும் உயரடுக்கிற்கு முன்வைக்கிறார். ஜே.வி.பி. தலைவர் அமரசிங்க தனது நேர்காணலில், பொன்சேகாவை இதே வார்த்தைகளில் பாராட்டினார்: ‘‘ஜெனரல் ஒரு வங்குரோத்து அரசியல்வாதி அல்ல. அவர் ஒரு வஞ்சகர் அல்ல, அவர் ஊழல் இல்லாதவர்,’’ என்றார்.

ஜே.வி.பி., இராஜபக்ஷ தனது ‘‘மஹிந்த தொலைநோக்கு திட்டத்தை’’ உருவாக்குவதற்கு உதவியதைப் போலவே, ஐ.தே.க. உடன் இணைந்து பொன்சேகாவுக்கு உதவுவதற்காக பொய்யான வாக்குறுதிகளின் வேலைத்திட்டத்தை வகுப்பதில் ஈடுபட்டுள்ளது. கடந்த வெள்ளிக்கிழமை ஜே.வி.பி.யின் நாடாளுமன்ற உறுப்பினர் அனுரகுமார திஸாநாயக்க, விவசாயிகள், அரச மற்றும் தனியார் ஊழியர்கள், அதே போல் ஓய்வூதியம் பெறுபவர்களுக்கான ‘‘நிவாரணம’’, கொடூரமான அவசரகாலச் சட்டத்தில் மாற்றங்கள் மற்றும் தமிழ் பொது மக்களின் மீள் குடியேற்றம் உட்பட, அடுத்த அரசாங்கத்தினால் அமுல்படுத்தப்படும் ‘‘பொது குறைந்தபட்ச வேலைத்திட்டத்திற்கு’’ இரு எதிர்க்கட்சிகளும் இணக்கம் தெரிவித்துள்ளதாக அறிவித்தார்.

இந்த தேர்தல் வாக்குறுதிகள் எதுவும் நிறைவேற்றப்படாது. ஜே.வி. பி.க்கும் ஐ.தே.க.க்கும் இடையே தொடர்ந்து வரும் கூர்மையான வேறுபாடுகள், அவர்களின் ‘‘பொதுவான குறைந்தபட்ச வேலைத்திட்டம்’’ ஒரு கூட்டணி அரசாங்கத்திற்கானது அல்ல என்பதில் தெளிவாகத் தெரிகிறது. அவர்களின் திட்டத்தின் படி, அதிக ஆசனங்களைப் பெற்ற கட்சி அரசாங்கத்தை அமைக்கும் – மற்றையது எதிர்க்கட்சியாக இருக்கின்ற போதிலும், தீர்க்கமான வாக்கெடுப்புகளில் அரசாங்கத்தை ஆதரிக்கும். இந்தக் கணக்கீடுகள் அனைத்தும் பொன்சேகா பாராளுமன்றத் தேர்தலுக்கு அழைப்பு விடுத்து நிறைவேற்று அதிகாரம் கொண்ட ஜனாதிபதி முறையை ஒழிப்பதிலேயே தங்கியிருக்கின்றன. ஆனால் ஒரு கொண்டாடப்படும் பிரமுகராக இருக்கும் எண்ணம் அவருக்கு இல்லை என்று ஜெனரல் ஏற்கனவே சுட்டிக்காட்டியுள்ளார்.

கொழும்பு அரசியல் ஸ்தாபனத்தின் தூணாக ஜே.வி.பி. மாறுவது ஒரு

நீண்ட செயல்முறையாகும். ஒரு கெரில்லா அமைப்பாக, ஜே.வி.பி. 1971 இல் ஒரு தோல்வியுற்ற எழுச்சியை ஆரம்பித்தது, இது அடுத்தடுத்த அரசாங்க அடக்குமுறையில் சுமார் 20,000 கிராமப்புற இளைஞர்களின் மரணத்திற்கு வழிவகுத்தது. ஜே.வி.பி. ''மார்க்சிஸ'' சொற்றொடர்களை பேசும் அதே வேளை, எப்போதும் 1983 இல் உள்நாட்டுப் போர் வெடித்த பின்னர் உச்சத்தில் வெளிப்பட்ட சிங்கள இனவாதத்தை அடிப்படையாகக் கொண்டது.

தமிழ் உயரடுக்கிற்கு மட்டுப்படுத்தப்பட்ட சலுகைகளை வழங்கியதற்காக 1987 இந்திய – இலங்கை ஒப்பந்தத்தை கடுமையாகக் கண்டனம் செய்த ஜே.வி.பி., உடன்படிக்கைக்கு எதிரான அதன் ''தேசபக்தி'' பிரச்சாரத்தில் சேர மறுத்த நூற்றுக் கணக்கான தொழிலாளர்கள் மற்றும் அரசியல் எதிரிகளை ஜே.வி.பி. துப்பாக்கிதாரிகள் கொன்றனர். அரசாங்கத்திற்குள் கொண்டுவரும் யோசனைகளை கையாண்ட பின்னர், ஜே.வி.பி உடனான அதன் மறைமுக கூட்டணியை ஐ.தே.க. முடித்துக் கொண்டு, இராணுவத்தை கட்டவிழ்த்து, 60,000 சிங்கள இளைஞர்களை படுகொலை செய்தது.

ஜே.வி.பி. 1994 இல் ஜனாதிபதி சந்திரிகா குமாரதுங்க மற்றும் அவரது ஸ்ரீலங்கா சுதந்திரக் கட்சி (ஸ்ரீ.ல.சு.க.) அதிகாரத்தை வென்ற பின்னர், அரசியல் நீரோட்டத்தில் நுழைந்தது. ஸ்ரீ.ல.சு.க மற்றும் ஐ.தே.க. மீது அதிகரித்து வந்த அரசியல் அதிருப்தியின் மத்தியில், ஆளும் உயரடுக்கின் அரசியல் பாதுகாப்பு வழியாக ஜே.வி.பி. ஒரு முக்கிய பங்கை ஆற்றியது. 2004ல், ஜே.வி.பி. குமாரதுங்கவின் கூட்டணியில் இணைந்து முதல் முறையாக அரசாங்கத்தில் அங்கம் வகித்தது. இரண்டு ஸ்தாபிக்கப்பட்ட கட்சிகளுக்கு எதிராக ஜே.வி. பி.க்கு வாக்களித்தவர்கள், ஜே.வி.பி. அமைச்சர்களும் அரசாங்கத்தின் மற்ற பகுதிகளிலிருந்து வேறுபட்டவர்கள் அல்ல என்ற முடிவுக்கு வந்ததால், இதன் விளைவாக விரைவாக ஆதரவை இழந்தது.

ஜே.வி.பி. தலைதூக்கவே இல்லை. தனது ஆதரவை இழப்பது மிகவும் வெளிப்படையானது என்று பயந்து, அது 2005 தேர்தலில் தனது சொந்த ஜனாதிபதி வேட்பாளரை நிறுத்தவில்லை. அதற்கு பதிலாக இராஜபக்ஷவை ஆதரித்தது. ஜே.வி.பி.யின் பேரினவாத வேலைத்திட்டத்தை இராஜபக்ஷ திறம்பட கையகப்படுத்திய பின்னர், கட்சி தொடர்ந்து சீரழிந்து, இராஜபக்ஷ அரசாங்கத்தில் இணைவதா இல்லையா என்ற முற்றிலும் தந்திரோபாய பிரச்சினைகளால் பலவீனமாகி, 2008 பிளவுக்கு வழிவகுத்தது. அண்மையில் அதன் தேசிய மகளிர் அமைப்பாளர் பிரியங்கிகா கொத்தலாவல இராஜினாமா செய்து அரசாங்கத்தில் இணைந்தார்.

சோசலிச சமத்துவக் கட்சி தேவையான முடிவுகளை எடுக்க தொழிலாளர்கள் மற்றும் இளைஞர்களுக்கு அழைப்பு விடுக்கிறது. ஜே.வி.பி.யின் பரிணாமம் அனைத்து வகையான தேசியவாதம் மற்றும் இனவாதத்தின் அரசியல் திவால்தன்மையை அடிக்கோடிட்டுக் காட்டுகிறது. சிங்களம், தமிழ் மற்றும் முஸ்லீம்களுமாக உழைக்கும் மக்கள், சோசலிச கொள்கைகளை அடிப்படையாகக் கொண்ட தொழிலாளர்கள் மற்றும் விவசாயிகளின் அரசாங்கத்திற்காக ஆளும் வர்க்கத்தின் அனைத்து பிரிவுகளிலிருந்தும் சுயாதீனமான ஒரு அரசியல் போராட்டத்தில் ஐக்கியப்படுத்துவதன் மூலமும், போராட்டத்தை முன்னெடுப்பதன் மூலமும் மட்டுமே தங்கள் அடிப்படை உரிமைகளைப் பாதுகாக்க முடியும். இந்த வேலைத் திட்டத்தின் அடிப்படையிலேயே சோசலிச சமத்துவக் கட்சியின் வேட்பாளர் விஜே டயஸ் இந்தத் தேர்தலில் போட்டியிடுகிறார்.

காட்டிக்கொடுக்கப்பட்ட புரட்சி
லியோன் ட்ரொட்ஸ்கி
விலை: ரூ. 1,400

ரஷ்ய புரட்சியும் முடிவுறாத இருபதாம் நூற்றாண்டும்
டேவிட் நோர்த்
விலை: ரூ. 600

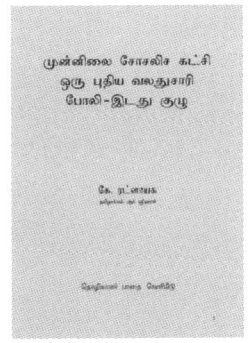

முன்னிலை சோசலிச கட்சி ஒரு புதிய வலதுசாரி போலி-இடது குழு
கே. ரட்நாயக்க
விலை: ரூ. 50

கிரேக்கத்தில் சிரிசாவின் காட்டிக்கொடுப்பின் அரசியல் படிப்பினைகள்
நான்காம் அகிலத்தின் அனைத்துலகக் குழுவின் அறிக்கை
விலை: ரூ. 60

சோசலிச சமத்துவக் கட்சியின்
வரலாற்று சர்வதேச
அடித்தளங்கள்

விலை: ரூ. 225

சோசலிச சமத்துவக் கட்சியின்
ஐம்பது ஆண்டுகள்

விலை: ரூ. 25

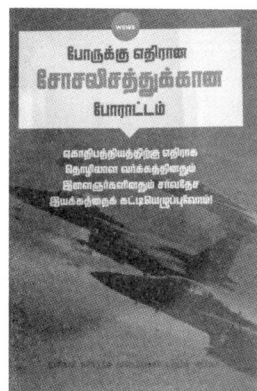

போருக்கு எதிரான
சோசலிசத்துக்கான போராட்டம்

விலை: ரூ. 125

தொழிலாளர் பாதை வெளியீடுகளை பெற்றுக்கொள்ள தொடர்புகொள்ளுங்கள்
தொழிலாளர் பாதை வெளியீடு
716 1/1, கோட்டே வீதி, எதுல் கோட்டே, கோட்டே.
தொலைபேசி: 2869239 / 3096987,   kamkarumawatha@gmail.com